ആയിരവല്ലി

ജോക്സി ജോസഫ് & പ്രവീൺ വാര്യർ

അമ്മയെന്ന അദൃശ്യ സ്നേഹവലയത്തിനു മുന്നിൽ
പ്രണാമം.

ഉള്ളടക്കം

ആമുഖം

ദുനിയാവിൽ ലൂടെയെയുള്ള യാത്ര അത്ഭുതാവഹമാണ്. ശരീരം ഒരിടത്തും മനസ്സ് പലയിടത്തുമായുള്ള ജോറ് സവാരി തന്നെ അത്ഭുത ജീവികാ വ്യാപാരം. മനസ്സിനെ അണുവിനെ പോലെ ചെറുതാക്കാനും ബ്രഹ്മാണ്ഡത്തോളം വലുതാക്കാനും കഴിവുള്ള ഒരു അത്ഭുത ജീവിയാണ് മനുഷ്യൻ. നന്മയും തിന്മയും തിരിച്ചറിയാൻ പറ്റാത്ത യാത്രക്കാർ നിറഞ്ഞ ഈ മാസ്മരിക ലോകത്തിൻ്റെ ഒരുകോണിൽ സഞ്ചരിക്കുന്നു. സവാരിക്കിടയിൽ എന്നിലൂടെ പ്രതിഫലിച്ച ചിന്തകളും നോവുകളും നൊമ്പരങ്ങളും അക്ഷരങ്ങളായി വീണ്ടും ജന്മം കൊള്ളുകയാണ്... മനുഷ്യൻ സ്വയം ജീവൻ കൊടുക്കുന്ന സർഗസൃഷ്ടികൾ ... സ്വന്തം പ്രയത്നം മനുഷ്യനെ വ്യത്യസ്തനാക്കുന്നു.

കണ്ടതും കേട്ടതുമായ കാര്യങ്ങൾ ഭാവനയിലൂടെ നിറങ്ങൾ നൽകി മറ്റൊരു രചനയ്ക്ക് ജന്മം കൊടുത്തതാണ് ആയിരവല്ലി. ജീവിതം പഠിപ്പിച്ച പലതും അതും... പലരിൽ നിന്നും ലഭിച്ച പുതിയ അറിവുകളും .... നൊമ്പരങ്ങളും... കോർത്തിണക്കിക്കൊണ്ട് ഒരു യാത്ര.... ലോകത്തിൻ്റെ സൗന്ദര്യവും, വേദനകളും, മർമ്മരങ്ങളും, കുദ്രത്തുകളും നമുക്ക് തൊട്ടറിയാം! ഓർക്കാ പുറങ്ങളിൽ നമ്മെ കാത്തിരിക്കുന്ന ഓരോ നിമിഷങ്ങളിലൂടെ ലഭ്യമാകുന്ന അനുഭവങ്ങൾ ഭാവിയിലെക്കുള്ള പുതുണർവാണ്.

പ്രത്യക്ഷമായും പരോക്ഷമായും സഹായിച്ചവരോടെല്ലാം ഈ അവസരത്തിൽ നന്ദി പറയുന്നു.

കഥാ സമാഹാരത്തിലെ കഥകളും കഥാപാത്രങ്ങളും തികച്ചും സാങ്കൽപ്പികമാണ്. കലാഹൃദയങ്ങൾക്കായി ആയിരവല്ലി സമർപ്പിക്കുന്നു.

പ്രവീൺ വാര്യർ

$
ജോക്സി
ജോസഫ്
ജൂൺ 2022

മുഖവുര

കാലിക്കറ്റ് സർവകലാശാലയിൽ നിന്ന് ഇംഗ്ലീഷിൽ ബിരുദം നേടിയ പ്രവീൺ വാര്യർ .കുഞ്ഞിരാമ വാര്യരുടെയും ഇന്ദു വാരസ്യാരുടെയും മകനാണ്. ഭാര്യ ബിന്ദു ശ്യാം .

മകൻ ഹരി ശങ്കർ ,മകൾ അഞ്ജന പ്രവീൺ .

പ്രവീൺ വാര്യർ വടക്കേചാലിൽ(Ho)

ആവടുക്ക (po) പെരുവണ്ണാമൂഴി (വഴി) 673528-Pin കോഴിക്കോട് .

****

ജോക്സി ജോസഫ്

ഏവന്നൂർ

തൃശൂർ 680 008

തൃശൂർ ജില്ലയിൽ ജോസഫിൻറെയും മാഗിയുടെയും മകൾ .സുജിത്ത് കെ.ജെ യാ ണ് ഭർത്താവ് .ജെസ്സ് സുജിത്ത് ,ജാൻ സുജിത്താണ് മക്കൾ.

കടപ്പാട്

പ്രത്യക്ഷമായും പരോക്ഷമായും സഹായിച്ചവരോടെല്ലാം ഈ അവസരത്തിൽ നന്ദി പറയുന്നു.

കഥാ സമാഹാരത്തിലെ കഥകളും കഥാപാത്രങ്ങളും തികച്ചും സാങ്കൽപ്പികമാണ്. കലാഹൃദയങ്ങൾക്കായി ആയിരവല്ലി സമർപ്പിക്കുന്നു.

അവതാരിക

ഓരോരുത്തരും വ്യത്യസ്ത പരിധികളിലൂടെയാണ് വായിക്കുന്നത്. വായനയുടെ വിശാലമായലോകത്തെയ്ക്ക് വിരാചിക്കുന്നതും പല രീതിയിലാണ്.

ജോക്സി ജോസഫിൻ്റെ ചിന്തകളും അവതരണവും വളരെ വ്യത്യസ്തമായ കൈപ്പട കളാണ്.

വൈകാരികതയുടെയും പ്രത്യേകതകളും അനുഭൂതിയുടെ തീവ്രത കൊണ്ടാണ് ശ്രദ്ധിക്കപ്പെടുന്നത് .പ്രകൃതിയിലെ വിസ്മയങ്ങളാണ് ജോക്സി ജോസഫിൻ്റെ രചനകൾ !

മലയാള കഥകളിലെ സദ്ഭാവ തലത്തിലേക്ക് തന്മയത്വത്തോടെയുള്ള കയ്യേഴുത്തുത്തുകാരി കൂടിയാണ്.

ആവർത്തന വിരസതയില്ലാത്ത കഥകളും ,ആശയങ്ങളും വിജ്ഞാനത്തിൻ്റെ വാതായനത്തിലേക്ക് കൂട്ടിക്കൊണ്ടു പോകുന്നു.

ഭൂമിയെ സ്നേഹിച്ച് പ്രകൃതിയുടെ സ്പന്ദനത്തിലൂടെ മണ്ണിൻ്റെ മണവും കാറ്റിൻ്റെ സ്നേഹലാളനയും ആസ്വദിച്ചുള്ള വായനയിലൂടെ വായനക്കാരെ കൂട്ടിക്കൊണ്ടു പോകുന്നതാണ് ആയിരവല്ലിയിലെ ഓരോ കഥകളും.

ഉണ്ണി വിശ്വനാഥ് .

1

സിഫിലിയ

സൂര്യകിരണങ്ങൾ ചാറ്റൽ മഴയിൽ തട്ടി ചിതറിയുണ്ടായ മഴവില്ലിന്റെ ശോഭ മിഴികളിൽ ചാലിച്ച മകരമാനിന്റെ ചന്തവും ആയി മായാ യവനികക്കുള്ളിൽനിന്നും മറനീക്കി അവതരിച്ച ഒരു മന്താര ചെപ്പ്... ആ ചെപ്പിന്റെ പേരാണ് സിഫിലിയ.

മലബാറിലെ പേരും പെരുമയും കൊടികുത്തി വാഴുന്ന പ്രമുഖ കുടുംബത്തിലെ പുതു തലമുറയിലെ ഇളമുറ തമ്പുരാട്ടി ആയി ജനനം. സകലമാന സുഖ സൗകര്യങ്ങൾക്കും ഇടയിൽ ആയിരുന്നു പഠിച്ചതും വളർന്നതും. എങ്കിലും, അതിന്റേതായ യാതൊരുവിധ ഭാവഭേദങ്ങളും ഒരിക്കൽപോലും അവളെ തൊട്ടുതീണ്ടിയിട്ടില്ല. അവളുടെ സഹ പാഠികൾക്ക് എല്ലാം അവൾ ഒരു അദ്ഭുതം ആയിരുന്നു. അഹങ്കരിക്കാൻ മാത്രം ഉള്ള സുഖസൗകര്യങ്ങൾ ഉണ്ടായിട്ടും സാധാരണക്കാരിൽ സാധാരണക്കാരെപ്പോലെ ആയിരിന്നു അവളുടെ ജീവിതം. 'പൊന്നുംകുടത്തിനു എന്തിനാ പൊട്ട്" എന്ന് അടക്കം പറയുന്നവർക്ക് ഒരു സമസ്യയായി അവൾ ഒരു വാനമ്പാടിയായി ആ ക്യാമ്പസ്സിൽ നിറഞ്ഞൊഴുകി.

അന്ന് അവസാന വർഷ ബിരുദ വിദ്യാർത്ഥികളുടെ പരീക്ഷ നടക്കുന്ന ദിവസം ആയിരുന്നു. പതിവ് പോലെ കോളേജ്

ക്യാമ്പസിന്റെ ഇടനാഴികകളിലൂടെ കിളി കൊഞ്ചലും ആയി നടന്നു നീങ്ങിയ അവൾക്ക് ഒരു അസ്വസ്ഥത ദേഹമാസകലം വ്യാപിക്കുന്ന പോലെ ഒരു തോന്നൽ. ഒപ്പം ഉള്ള തന്റെ പ്രിയ സഖിയോട് വിവരം പറഞ്ഞ് ഇടനാഴിയുടെ അരികിൽ സ്ഥാപിച്ച നെടുനീളൻ ബഞ്ചിൽ അവൾ അഭയം തേടി. മകര മാസത്തിലെ കുളിരുള്ള ആ അന്തരീക്ഷത്തിലും അവളുടെ ശരീരം വെട്ടി വിയർത്തു. ഇരു കർണങ്ങളിലും കതിനാ വെടിയുടെ പ്രകമ്പനത്തെ വെല്ലുന്ന തരത്തിൽ ശബ്ദം മുറവിളി കൂട്ടി. ചുറ്റുപാടും ഉള്ള നിറ പ്പകിട്ടു ചാലിച്ച കാഴ്ചകൾ കണ്ണുകളിൽനിന്ന് പലായനം ചെയ്യാൻ തയ്യാറെടുക്കുംപോലെ. ബെഞ്ചിന്റെ കൈവരിയിൽ അംഗുലികൾ അള്ളിപ്പിടിച്ച് അവൾ ഇരുന്നു.

ചുറ്റിനും ഉള്ള കാഴ്ചകൾ പതിയെപ്പതിയെ മങ്ങി തുടങ്ങുമ്പോഴും അവളുടെ മിഴികൾ തേടിയത് തന്റെ ഹൃദയം കവർന്ന ഒരാളുടെ സാന്നിധ്യം ആയിരുന്നു. അയാൾ ആണ് നമ്മുടെ നായകൻ.

കെമിസ്ട്രി ഡിപ്പാർട്മെന്റിൽ പുതുതായി ചാർജ് എടുത്ത അസോസിയേറ്റ് പ്രൊഫസർ മിസ്റ്റർ വിനായക്.

ലാബിലെ ടെസ്റ്റ്യൂബുകളുടെ കൂട്ടി മുട്ടൽ ഉളവാക്കുന്ന ശബ്ദ മാന്ത്രികതയിൽ പ്രാക്ടിക്കൽ ക്ലാസുകൾ നടക്കുമ്പോൾ അവളുടെ കണ്ണുകൾ അദ്ദേഹത്തിന്റെ ഓരോ ചലനങ്ങളും ഒപ്പി എടുക്കുക ആകും. ശ്രദ്ധ കുറവിനു പലവട്ടം വാണിംഗ് കേട്ടിട്ടും അവളുടെ ആ സ്വഭാവത്തിനു ഒരു മാറ്റവും വന്നില്ല. പതിയെ വിനായകിനും മനസ്സിലായി തുടങ്ങി സിഫിലിക്കു തന്നോടുള്ള ഇഷ്ടം. എങ്കിലും അതൊന്നും പുറത്തു കാണിക്കാതെ അദ്ദേഹം പതിവുപോലെ പെരുമാറും.

അദ്ദേഹത്തിന്റെ പരിമിതികൾ നന്നായി മനസ്സിലാക്കി മറ്റുള്ളവർക്കു മുന്നിൽ പെരുമാറാൻ അദ്ദേഹത്തിന് നന്നായി

അറിയാമായിരുന്നു. അർഹിക്കുന്നതെ ആഗ്രഹിക്കാവു എന്നു മനസ്സിൽ ഉരുവിട്ട് ജീവിക്കുന്ന പ്രകൃതക്കാരൻ. തന്റെ ജോലി വളരെ ആത്മാർത്ഥമായും കർക്കശമായും ചെയ്യണം എന്ന് അദ്ദേഹത്തിന് നിർബദ്ധബുദ്ധി ഉണ്ടായിരുന്നു. അങ്ങനെയൊക്കെ ആണേലും വിദ്യാർത്ഥികളുടെ മനസ്സിൽ അദ്ദേഹം ആഴത്തിൽ ഇടം നേടിയിരിന്നു.

പതിയെ അവളുടെ കണ്ണുകൾ കൂമ്പി മുറുകെ പിടിച്ച കരാങ്കുലികൾ അയഞ്ഞു അബോധാവസ്ഥയുടെ മേച്ചിൽ പുറങ്ങളിലേക്ക് അവൾ യാത്ര ആയി.

മനം മടുപ്പിക്കുന്ന മരുന്നുകളുടെ രൂക്ഷ ഗന്ധം നാസ്വാരന്ദ്രങ്ങളിൽ വന്നണഞ്ഞു. അസ്വസ്ഥത ഉളവാക്കിയപ്പോളാണ് അവൾ കണ്ണുതുറന്നു ചുറ്റുപാടും നോക്കുന്നത്. പരിജയം ഉള്ളതും ഇല്ലാത്തതും ആയ ഒരുപാടുമുഖങ്ങൾ തന്നെ ചുറ്റിപ്പറ്റി തന്റെ ഓരോ ചലനവും ഒപ്പിയെടുത്ത് നിരീക്ഷണവിധേയമാക്കുന്നത് അവൾ കണ്ടു. കൂടി നിന്നവരെ ശാസിച്ചു കൊണ്ടു ദൈവത്തിന്റെ മാലാഖ അവൾക്കു അരികിലോട്ടു മരുന്നുകളും ആയി എത്തി. അവളുടെ ഹൃദയ സ്പന്ദനത്തിന്റെ അളവുകോൽ തന്റെ വിരൽത്തുമ്പിൽ ആവാഹിച്ചു അത് കേസ് ഷീറ്റിൽ എഴുതി അവൾക്ക് ഒരു നനുത്ത പുഞ്ചിരി സമ്മാനിച്ചു. അടുത്ത ബെഡിലോട്ടു പോയി. അവൾക്കു ആരോടേലും ചോദിക്കണം എന്നുണ്ടായിരുന്നു എന്താണ് തനിക്കു പറ്റിയത് എന്ന്. പക്ഷേ, ചുറ്റുമുള്ള മുഖങ്ങളിൽ വിരിയുന്ന സഹതാപ തരംഗത്തിന്റെ അലയൊലികൾ അതിന് തട ഇട്ടു. ആർക്കു വേണ്ടിയും കാത്തു നിൽക്കാതെ സമയം അതിന്റെ പ്രയാണം തുടർന്നുകൊണ്ടേയിരുന്നു.

നീണ്ട ഒരാഴ്ചത്തെ ഔഷധ കലവറയുടെ ലോകത്തുനിന്നും അവൾ അന്ന് പടി ഇറങ്ങുകയാണ്. എന്താണ് തനിക്കു സംഭവിച്ചത് എന്നു പലവട്ടം ചോദിക്കാൻ

തുനിഞ്ഞെങ്കിലും പിന്നീട് വേണ്ടാന്നു വെച്ചതിനാൽ അവളുടെ അസുഖം എന്തായിരുന്നു എന്നു അവൾ അറിഞ്ഞില്ല. ആരും പറഞ്ഞുമില്ല. ഒരു കടംകഥയ്ക്ക് ഉത്തരം കണ്ടെത്തേണ്ട കുഞ്ഞിന്റെ അവസ്ഥയിൽ ആയി അവൾ. മരുന്നുകൾ മുറ തെറ്റാതെ കഴിക്കുമ്പോഴും അവൾ ഒരിക്കൽപോലും അന്വേഷിച്ചില്ല എന്താണ് തന്റെ അസുഖം എന്നു തന്നോട് വെളിപ്പെടുത്താൻ മടിക്കുന്ന ആ രഹസ്യ മൊഴിയെ വെല്ലുവിളിയോടെ മനസ്സാൽ സ്വീകരിച്ചു അവൾ തന്റെ ജീവിത പ്രയാണം പഴയതിലും ഭംഗി ആയി തുടർന്നു.

അച്ഛന്റെ പെൻഷൻ സംബധമായ പേപ്പറുകൾ അന്വേഷിക്കുന്ന ഇടയിൽ ആണ് അവളുടെ ശ്രദ്ധയിൽ ഒരു ഹോസ്പിറ്റലിൽ ഫയൽ ശ്രദ്ധയിൽപ്പെടുന്നത്. കൗതുകത്തോടെ അത് തുറന്ന അവളുടെ കണ്ണുകൾ അതിലെ റിപ്പോർട്ട് ഒപ്പി എടുത്തു. ആ നിമിഷം അവൾ അറിഞ്ഞു ഏവരും തന്നിൽ നിന്നും മറച്ചു പിടിച്ച തന്റെ രോഗ വിവരം.

C O P D എന്നു ആധുനിക ശാസ്ത്രം ഓമനത്തോടെ പേരിട്ടു വിളിക്കുന്ന ക്രോണിക് ഒബ്ജെക്റ്റീവ് പൽമോണജി ഡിസീസ് എന്ന വിട്ടുമാറാത്ത ശ്വാസ കോശ രോഗം. ശ്വാസ കോശ നാളികളിൽ നീർക്കെട്ടു വന്നു സ്രവം നിറയുന്നത് മൂലം ശ്വസന കോശങ്ങൾക്ക് നേരാം വണ്ണം പ്രവർത്തനക്ഷമത കിട്ടാതെ മരണംവരെ സംഭവിക്കാവുന്ന ഭീകരാവസ്ഥ.

ഒരു നിമിഷം മനസ്സു ഒന്നു പതറി എങ്കിലും ജീവിതവും രോഗവും തമ്മിലുള്ള ട്രിപ്പീസുകളിയിൽ അടിപതറാതെ മുന്നോട്ടുള്ള ചുവടുകൾ വെക്കേണ്ടതു തന്റെ ആവശ്യം ആണെന്ന ബോധം അവളെ ക്ഷണ നേരംകൊണ്ട് പൂർവാധികം കരുത്തു ള്ള വളാക്കി. തന്റെ ജീവിത കാഴ്ചപാടുകൾ തന്നെ ആ നിമിഷം മുതൽ അവൾ മാറ്റി എഴുതുകയാണ്. ശിഷ്ട ജീവിതം തന്നെപ്പോലെ ഞാണിൻമേൽ കളി പരിശീലിക്കുന്ന തന്റെ

സഹജീവികൾക്കുവേണ്ടി അവൾ തീറെഴുതാൻ തീരുമാനിച്ചു.

തന്റെ തീരുമാനം വീട്ടിൽ പറഞ്ഞാൽ നഖശികാന്തം എതിർപ്പ് നേരിടേണ്ടി വരും എന്നു അറിയാവുന്ന അവൾ ആരോടും ഒന്നും പറഞ്ഞില്ല. കോളേജ് ജീവിതവും ആയി മുന്നോട്ടു പോകുമ്പോൾ പരീക്ഷണശാലയിലെ വീണു കിട്ടിയ ഒരിടവേളയിൽ തന്റെ മനോഗതം തന്റെ മനം കവർന്ന താൻ ഏറെ കൊതിച്ച തന്റേതു മാത്രം ആകണം എന്നു ആഗ്രഹിച്ച നമ്മുടെ കഥാ നായകനോട് അവതരിപ്പിച്ചു. ജീവകാരുണ്യ പ്രവർത്തനങ്ങളിൽ ഏറെ താല്പര്യം ഉള്ള അദ്ദേഹം നിറമനസ്സോടെ അവളുടെ ഉദ്യമത്തോട് പച്ചക്കൊടി വീശി. മാനത്തു മഴക്കാർ കണ്ട പെൺമയിലിന്റെ നൃത്തച്ചുവടുകൾ അവളുടെ മനസ്സിൽ ഉടലെടുത്തു... "സിഫിലിയ" എന്ന ഹിമകണം ലോക ജനതയുടെ മനസ്സിൽ കുളിർകോരാൻ ആയി ആ നിമിഷം പ്രകാശ പ്രവേഗം ചെയ്തു ഉദിച്ചുയരുക ആയിരുന്നു... പ്രകൃതിയിൽ

നാം കാണുന്ന ഓരോ സ്നേഹ കണങ്ങളും സിഫിലിയകളാണ്.

****

2

മാടൻ

കിഴക്കൻ ചക്രവാളത്തിലെ ഉദയ സൂര്യനെ സാക്ഷിയാക്കി ആ പ്രതിപുരുഷനെ!കിഴക്കൻ ചക്രവാളത്തിൽ അരുണൻ തന്റെ ധ്യാനം അവസാനിപ്പിച്ചു മിഴികൾ പതിയെ തുറന്നു തുടങ്ങിയ നേരം അയാൾ തന്റെ ഭാണ്ഡവും തോളിൽ ഏറ്റി തന്റെ വാസസ്ഥാനം ആയ കുരൂർമലയിലെ നിഗൂഢമായ ഗുഹ ലക്ഷ്യം വെച്ചു പ്രയാണം തുടങ്ങി.

നാട്ടുകാർ **മാടൻ** എന്ന ഓമനപേര് നൽകി വിളിക്കുന്ന അന്നാട്ടിലെ സ്ത്രീ ജനങ്ങളുടെയും കുട്ടികളുടെയും പേടിസ്വപ്നം ആയ ആജാനുബാഹു ആയ ദൃഢഗാത്രൻ. വനാന്തർ ഭാഗത്തു കാണപ്പെടുന്ന ഇടതൂർന്നു വളരുന്ന കാട്ടു വള്ളികൾപോലെ ജടകൾ രൂപം കൊണ്ട് അലംകോലമായി കിടക്കുന്ന കേശഭാരം, ശ്മശാനത്തിൽ എരിയുന്ന അഗ്നിസ്ഫുലിഗങ്ങൾ കണക്കെ എരിയുന്ന നയനങ്ങൾ, ഇടതൂർന്നു വളർന്നു പന്തലിച്ച താടി മീശകൾ, താംബൂലം ചർവ്വണം ചെയ്തു കറ കേറിയ പല്ലുകൾ. കൂർത്ത കത്തിയെക്കാൾ മൂർച്ചയുള്ള നഖങ്ങളും, കണ്ണിലെ കൃഷ്ണമണികളുമുള്ള അദ്ദേഹത്തെ ഒരൊറ്റ നോട്ടത്തിൽ... ഭീകരത ഉളവാക്കുന്ന നോട്ടവും ഭാവവും.

കുട്ടിക്കാലത്ത് അത്താഴം കഴിക്കാൻ കൂട്ടാക്കാതെ വാശിപിടിച്ചു മുഖവും വീർപ്പിച്ചു കിടപ്പുമുറിയുടെ കോണിൽ പതുങ്ങി ഇരിക്കുമ്പോൾ പിഞ്ഞാണ പാത്രത്തെ ചോറുരുളകൾ കൊണ്ടു അലങ്കരിച്ചു സ്നേഹവായ്പ്പോടെ അമ്മ എത്തും. കഴിക്കാൻ കൂട്ടാക്കാതെ മുഖം കാൽമുട്ടിൽ തിരുകി അമ്മയ്ക്ക് പിടികൊടുക്കാതെ ഇരിക്കുമ്പോളാണ് ആദ്യമായി ആ പേര് പേടി സ്വപ്നമായി കൂടെ ചേരുന്നത്.

മാടൻകാല്പനികത നിറഞ്ഞ വിശ്വാസപ്രമാണങ്ങൾ കോർത്തിണക്കി അമ്മയുടെ നാവിൻതുമ്പിൽനിന്നും രൂപംകൊള്ളുന്ന മാടനെക്കുറിച്ചുള്ള കഥകൾ കേട്ടപാതി കേൾക്കേണ്ടപാതി അമ്മയുടെ സാരിത്തുമ്പിനു അടിയിലോട്ടു സ്ഥാന ചലനം വരുത്തിയ ബാല്യം.

ബാല്യത്തിൽനിന്ന് കൗമാരത്തിലോട്ടും പിന്നീട് യൗവനത്തിലോട്ടും ഘടികാരത്തിന്റെ സെക്കന്റ് സൂചിയുടെ താളാത്മകം ആയ പദചലന വേഗതയിൽ കുതിച്ചു നീങ്ങിയെങ്കിലും ചന്തയിലെ പച്ചക്കറി മാർക്കറ്റിൽനിന്നും വർഷങ്ങൾക്കുശേഷം ആ പേര് കേട്ടപ്പോൾ മേലാസകലം അയാൾക്ക് കുളിരുകോരി.

അത്താഴത്തിനു ആവശ്യമായ അവശ്യ സാധനങ്ങളും വാങ്ങി താമസസ്ഥലം ലക്ഷ്യംവെച്ചു നടക്കുമ്പോൾ മനസ്സു മുഴുവൻ ബാല്യകാല സ്മരണകളിലെ മാടൻ തമ്പുരാൻ വിരുന്നു വന്നിരുന്നു. ഉമ്മറത്തു സ്ഥാപിച്ച അച്ഛന്റെ ചാരു കസേരയിലോട്ടു മുറ്റത്തുനിന്നും ചാടി വീണു കിതപ്പടക്കാൻ പാടുപെടുമ്പോൾ മണിക്കുട്ടിയുടെ ചോദ്യം ഉയർന്നിരുന്നു. അച്ഛൻ എന്താ വഴിയിൽ വല്ലതും കണ്ടുപേടിച്ചോ?

പ്രിയതമ വെച്ചുനീട്ടിയ വെള്ളം... കുടുകുടാ ....മൊത്തി കുടിച്ചു നെറ്റിയിലെ വിയർപ്പുകണങ്ങളെ പെരുവിരൽ കൊണ്ടു വകഞ്ഞു മാറ്റുമ്പോൾ.... അനുപല്ലവി ആയി അവളുടെ ചോദ്യവും എത്തിയിരുന്നു. എന്റെപെരവേശം

കണ്ടിട്ടാകാം അവളുടെ മുഖത്ത് രക്തം ഇരച്ചു കയറി. മീനമാസത്തിലെ അസ്തമയസൂര്യൻ ആകാശത്തു തീർത്ത ചുമന്നചാരുത കൈകൊണ്ടിരുന്നു.

അറിവുവച്ച പ്രായം മുതൽ എന്റെ വിരൽത്തുമ്പിൽ തൂങ്ങി എന്നോടു കൂട്ടകൂടിയ എന്റെ അയൽക്കാരി. കാലം ഞങ്ങളുടെ ശരീരത്തിൽ പരിണാമം വരുത്തിയപ്പോൾ മനസ്സു പരിണാമം പ്രാപിക്കാതെ ഒറ്റക്കെട്ടായി ഒത്തു ചേർന്നു നിന്നപ്പോൾ ഒറ്റുകാരായിനിന്ന് ഒറ്റപെടുത്താൻ ഒട്ടനവധി പേർ ഒരുങ്ങി ഇറങ്ങി. പ്രതിബന്ധങ്ങളുടെ കുത്തൊഴുക്കിൽ കാലിടറി പോകാതെ എന്റെ കൈവിരൽ തുമ്പിൽ നനുത്ത സ്പർശനം ഏകിയ ആ കരാങ്കുലികൾ കൈയിലേന്തി ഞാൻ യാത്ര ആരംഭിച്ചു. ആ യാത്ര വന്നുനിന്നത് മാടന്റെ കളിയരങ്ങ് ആയ പൈതൃകഗ്രാമത്തിൽ ആയിരുന്നു.

പെരുവട്ടൂർ പുരം എന്നറിയപെടുന്ന ശാന്ത സുന്ദരമായ ആ ഗ്രാമത്തിൽ കർണാട്ടിക് സംഗീതത്തിലെ കോകില ധ്വനിരാഗത്തിൽ ഒഴുകുന്ന നിളയുടെ കരയിൽ കുടിയിരിക്കുന്ന ഒരു ദേവി ക്ഷേത്രം ഉണ്ടായിരുന്നു. ആ ഗ്രാമത്തിലെ പുരാതന കുടുംബമായ ചേകോൻ കുടുംബക്കാർ ആയിരുന്നു അവിടെ തെയ്യക്കോലം കെട്ടി ആടിയിരുന്നത്. അങ്ങിനെ ഇരിക്കെ ഇപ്പോഴത്തെ തലമുറയിൽ ഉള്ള കോലക്കാരന് വയ്യായ്ക വരുകയും കോലം കെട്ടി ആടാൻ മറ്റാരും ആ തറവാട്ടിൽ ഇല്ലാതെ വരുകയും ചെയ്ത അവസ്ഥ വന്നു. നാട്ടുകാരും ചേകോൻ കുടുംബക്കാരും ചേർന്ന് ക്ഷേത്രത്തിൽ അഷ്ട മംഗല പ്രശ്നം വയ്ക്കുവാൻ തീരുമാനിച്ചു.

തെയ്യം കെട്ടി ആടുന്നത് മുടങ്ങിയാൽ ദേവകോപം വന്ന് അത് തറവാട്ടിനും നാടിനും ദോഷം വരുത്തും എന്ന് അവർക്ക് നന്നായി അറിയാമായിരുന്നു. ദൈവഹിതം അറിയേണ്ടത് നാടിന്റെ മൊത്തം ആവശ്യം ആയിരുന്നു. മലബാറിലെ

പ്രശസ്തൻ ആയ ജ്യോതിഷപണ്ഡിതനെ തന്നെ ദൈവഹിതം അറിയുവാൻ ഉള്ള അഷ്ട മംഗല്യപ്രശ്ന ചിന്ത നടത്തുന്നതിലേക്കു ക്ഷണിച്ചു. അങ്ങനെ നിശ്ചയിച്ച് ഉറപ്പിച്ച ശുഭ മുഹൂർത്തത്തിൽത്തന്നെ ദൈവഹിതം അറിയുവാൻ ഉള്ള താംബൂല ചിന്ത ആരംഭിച്ചു. പ്രാർത്ഥനയോടെ ദൈവജ്ഞൻ കവടി പ്രക്ഷാളന ക്രിയ തുടങ്ങിയ വേളയിൽ പ്രാകൃത വേഷ ഭൂഷാദി കളോടെ പകൽ സമയങ്ങളിൽ പുറത്തു കാണാത്ത നമ്മുടെ മാടൻ അവിടെ എത്തി. മറ്റുള്ളവരിൽനിന്നും അകന്നു സ്വസ്ഥം ആയി അയാൾ ചമ്രം പടിഞ്ഞിരുന്നു.

പ്രക്ഷാളനക്രിയ ചെയ്തു കവടി വാരി ഷഡ് ആരൂഡങ്ങളും നിർണയിച്ചു ദൈവജ്ഞൻ ചുറ്റുപാടും വീക്ഷിച്ചു. അദ്ദേഹത്തിന്റെ ദൃഷ്ടികൾ പ്രാകൃത വേഷ ധാരി ആയ മാടനിൽ തറഞ്ഞു. ആരൂഡ രാശി പ്രകാരം ബാധാസ്ഥാനം വന്നത് ചിങ്ങം. ബാധാ രാശിയുടെ ആധിപത്യം ഉള്ള ഗ്രഹം സൂര്യൻ. മാടനിൽനിന്നും കണ്ണ് എടുക്കാതെ അദ്ദേഹം പ്രമാണശ്ലോകം ചൊല്ലി.

"ബാധകാദീശ്വരാസ്സന്തോ യദി സൂര്യാദി ഖേചരാ
ദേവതാനാം നിജോക്താനാം പീഡാം ബ്രയൂര നിഷ്ടക"

മാടന്റെ മുഖത്തുനിന്നും കണ്ണെടുക്കാതെ പ്രമാണം ചൊല്ലുമ്പോൾ അദ്ദേഹത്തിന്റെ മനസ്സിൽ ജഡാധാരി ആയ മഹാ ദേവൻ നിറഞ്ഞു നിന്നു. ബാധാ വിഷയം ചിന്തിച്ചപ്പോൾ ശിവ കോപം ആയിരുന്നു പ്രധാന ദോഷം ആയി വന്നത്. നിമിത്തവും പ്രബലം. സാക്ഷാൽ മഹാ ദേവനെ അനുസ്മരിപ്പിക്കുന്ന രൂപ ഭാവം ഉള്ള മാടൻ.

ദോഷപരിഹാരമായി മാടൻതമ്പുരാന്റെ കോലം കെട്ടി ആടാൻ തന്നെ ജ്യോതിഷ വിധി വന്നു. കോലം കെട്ടാൻ ചേകൊൻ കുടുംബത്തിൽ ആൾ ഇല്ലാത്തതിനാൽ പകരക്കാരനെ കണ്ടെത്താൻ ദൈവഹിതം ചിന്തിച്ച നേരം ഒരു നിമിത്തം പോലെ മാടന്റെ പേരു പോലും ഭയക്കുന്ന നമ്മുടെ

കഥാനായകൻ അവിടേക്കു ക്ഷേത്ര ദർശനത്തിനു ആയി എത്തുക ആണ്. മകൾ മണിക്കുട്ടിയുടെ ഭരത നാട്യ അരങ്ങേറ്റത്തിനു വേണ്ടി ഉള്ള ചിലമ്പ് പൂജിച്ചു വാങ്ങുക എന്ന ഉദ്ദേശലക്ഷ്യത്തോടെ. കൊടിയിലയിൽ ചിലമ്പും ആയി കൂപ്പു കൈകളോടെ ഗോപുര നട വഴി പ്രദക്ഷിണ വീഥിയിലോട്ടു പ്രവേശിച്ച അദ്ദേഹത്തിനുമേൽ അവിടെ സന്നിഹതരായ സകലരുടെയും ദൃഷ്ടി പതിച്ചു. ദൈവജ്ഞൻ പ്രവചിച്ച സർവ്വ ലക്ഷണവും ഒത്തിണങ്ങിയ കോലധാരി ആയി പരിണമിക്കേണ്ട പ്രതി പുരുഷൻ. ക്ഷേത്ര സമുച്ചയത്തിൽ തിങ്ങി നിറഞ്ഞ ജനങ്ങൾ തന്നെ നോക്കി അടക്കം പറയുന്നതോ അഷ്ട മംഗല്യപ്രശ്ന ചിന്തയൊന്നും ശ്രദ്ധിക്കാതെ തന്റെ കാര്യ സാധ്യത്തിനു പരിഗണന കൊടുത്തു ക്ഷേത്ര ദർശനം നടത്തി ചിലമ്പ് പൂജിച്ചു വാങ്ങി അയാൾ തിരികെപോകുകയും ചെയ്തു. ഞൊടിയിട സമയം കൊണ്ടു ഇതൊക്കെ സംഭവിച്ചു എങ്കിലും ദൈവജ്ഞൻ ദൈവഹിതകാര്യത്തിൽ തീർപ്പുകല്പ്പിച്ചു. ചിലമ്പും ആയി ദൈവ സന്നിധിയിൽ എത്തിച്ചേർന്ന അദ്ദേഹത്തെ തന്നെ ആണ് ദേവി തന്റെ കോലധാരി കണ്ടെത്തിയത് എന്ന്.

നാട്ടുകാരും ചേകൊൻ കുടുംബവും പിറ്റേദിവസം തന്നെ പുതിയ കോലധാരി ആകാൻ ദൈവഹിതം പറഞ്ഞ നമ്മുടെ നായകനെ തേടി പുറപ്പെട്ടു. വലിയ ബുദ്ധിമുട്ടു കൂടാതെ അദ്ദേഹത്തെ കണ്ടെത്തി അവർ കാര്യങ്ങൾ വിശദമായി അറിയിച്ചു. പട പേടിച്ചു പന്തളത്തു ചെന്നപ്പോൾ പന്തം കൊളുത്തി പട എന്ന അവസ്ഥയിൽ ആയി അദ്ദേഹത്തിന്റെ സ്ഥിതി. നാട്ടിൽ കോലധാരി ആകാൻ മടിച്ചു ഉത്സവ സീസൺ ആയാൽ മുങ്ങി നടക്കുന്ന പ്രകൃതക്കാരൻ ആയ അയാൾ തൃശങ്കുവിൽ ആയി. തന്നെ സമീപിച്ചവരുടെ സ്നേഹപൂർവ്വം ആയ അപേക്ഷ നിരസിക്കാൻ യാതൊരുവിധ നിർവാഹവും ഇല്ലാതെ അയാൾ സമ്മതിച്ചു.തനിക്കു പേര് കേൾക്കുമ്പോൾ

തന്നെ ഭയം ചുര മാന്തുന്ന **മാടൻ** തമ്പുരാന്റെ കോലാധാരി ആകാൻ മനസ്സിനെ ഒരുക്കി എടുക്കാൻ **ഉള്ള** പരിശ്രമത്തിൽ ആയിരുന്നു രാവും പകലും അയാൾ.

വിധി എന്നു കേൾക്കുമ്പോൾ വളരെ നിസ്സാരം ആയി തോന്നുന്ന ആ രണ്ടക്ഷരത്തിന്റെ ശക്തി അതിന്റെ സകല കരുത്തോടെയും തന്റെ മാസ്മരികത ഒരു മനുഷ്യ ജീവിതത്തിൽ എത്തരത്തിൽ വെളിപ്പെടും എന്നു വീണ്ടും വീണ്ടും തെളിയിച്ചു കോലധാരി ആയി നിറഞ്ഞാടി അദ്ദേഹം ജന മനസ്സുകളിൽ വിശ്വാസത്തിന്റെയും ഭക്തിയുടെയും അഗ്നി സ്ഫുലിംഗങ്ങൾ വിരിയിച്ചു ആ ഗ്രാമത്തിന്റെ മനം നിറച്ചു മാണിക്യശോഭയോടെ മാടൻ തമ്പുരാന്റെ പ്രതി പുരുഷൻ ആയി പ്രതിഭാധനൻ ആയി പരിലസിക്കുന്നു. പ്രപഞ്ച ശക്തിയുടെ വിധിവിധങ്ങളെ നടപ്പിൽ വരുത്തി വിശ്രമവേളകൾ ഇല്ലാതെ.

കിഴക്കൻ ചക്രവാളത്തിലെ ഉദയ സൂര്യനെ സാക്ഷിയാക്കി ആ പ്രതിപുരുഷനെ!

****

3

മാക്കത്തമാക്കായ

പതിവുപോലെ അവൾ എഴുന്നേറ്റ് ജനാല തുറന്ന് പുറത്തേക്കു നോക്കി. വർഷങ്ങൾ പഴക്കമുള്ള തള്ളുവണ്ടി റോഡിലൂടെ ഒരു വൃദ്ധൻ തള്ളിക്കൊണ്ടു പോകുന്നു! ആ തള്ളുവണ്ടിയിൽ ഒരു വൃദ്ധയുമുണ്ട്.

പെട്ടന്നാണ് ഫോൺ റിങ് ചെയ്തത്, അവൾ ഫോണെടുത്ത് ഹലോ എന്ന് പറഞ്ഞപ്പോൾ അപ്പുറത്തു നിന്ന് പരുപരുത്ത ശബ്ദം... എന്നെ ഓർമയുണ്ടോ?അവൾ ഒന്നു നടുങ്ങി... ജോഫർ ...!!!

വർഷങ്ങൾക്കുമുമ്പ് എന്നെ പറ്റിച്ചിട്ട് കടന്നുകളഞ്ഞ കാമുകൻ.

കോളജിൽ പഠിക്കുന്ന കാലത്ത് പ്രണയാഭ്യർത്ഥനയുമായി വന്ന് ശരീരസുഖം അനുഭവിച്ച് കടന്നുകളഞ്ഞ ദുഷ്ടൻ!

ഓർമകളിൽനിന്ന് പുറത്തു കടന്നവൾ ശബ്ദം കടുപ്പിച്ച് അവനോട് ചോദിച്ചു എന്തുവേണം? അവൻ പറഞ്ഞു വെറുതേ വിളിച്ചതാണ്...

അവൾ അവനെ വിലക്കി എന്നാലും ഫലമില്ല, അവൻ പഴയ ഓർമകൾ പുലമ്പിയപ്പോൾ അവൾ അവനോടു ഭീഷണി ഉയർത്തി!

അവൾ ഫോൺ വച്ച് അടുക്കളയിലേക്കു നടന്നു ... ഉടനെ ഹോളിംങ്ങ് ബെൽ ശബ്ദിച്ചു! അവൾ വാതിൽ തുറന്നതും ജോഫർ മുന്നിൽ ! അവൻ അതിക്രമിച്ച് വീടിനകത്തു കയറി... കണ്ട കാഴ്ച ഞെട്ടിപ്പിക്കുന്നതായിരുന്നു ... മാന്ത്രികകളം ... അവനെ അവർ ബലമായി പിടിച്ച് കളത്തിലിലിരുത്തി, അവിടെനിന്ന് രക്ഷപ്പെടണമെന്ന് അവനാഗ്രഹമുണ്ടായിരുന്നു... ഏതൊ ഒരു ശക്തി അവനെ അവിടെ ബന്ധിച്ചു!

നിമിഷനേരങ്ങൾക്കകം അവൻ കുഴഞ്ഞു വീണു... ഓർമ വരുമ്പോൾ അവൻ റെയിൽവേ ട്രെക്കിനരികിലെ അഴുക്കുചാലിനടുത്ത് കിടന്നിരുന്നത്.

അവൻ കണ്ണുതിരുമി ചുറ്റും നോക്കി ആരെയും കാണാനില്ല, കൈയിലും ശരീരത്തിലും മുറിപ്പാടുകളുണ്ട്. അസഹ്യമായ വേദന!

അവൻ്റെ ഷർട്ടിൻറെ പോക്കറ്റിൽ ഒരു കത്ത്, ഉടനെ അവൻ അതെടുത്ത് വായിച്ചു. ഇന്നു മുതൽ നിനക്ക് ഒരു സ്ത്രീയെയും പ്രാപിക്കാനുള്ള ശേഷിയില്ല! അതു വായിച്ച് തീർന്നതും ... സ്വയം ശപിച്ച് ഉറക്കെ കരഞ്ഞു!

സ്ത്രീയെ ലൈംഗിക വസ്തുമായി മാത്രം കാണാതിരിക്കുക! എന്ന സന്ദേശവും ഇതിനോടകം അവൾ അവന് ഫോണിലറിയിച്ചിരുന്നു!

****

4

പുനർജനി

സ്വയംകൃതാർത്ഥമായ അപരാധശരങ്ങൾ മുറിവേൽപ്പിച്ച മനസ്സുമായി അയാൾ പുനർജ്ജനി നൂളുക ആണ്. ചെയ്തുകൂട്ടിയ തെറ്റുകൾ മനസ്സിനെ കുത്തി വേദനിപ്പിക്കുന്ന ഈ വേളയിൽ

എഴുതുവാൻ ആയി മനസ്സിൽ വാക്കുകൾ അലതല്ലുന്നുണ്ടേലും ചെയ്തുപോയ അപരാധത്തിന്റെ കുറ്റബോധം മനസ്സിനെ പിടിച്ചുലയ്ക്കുമ്പോൾ വാക്കുകൾ ഒരു മാന്ത്രികനെപ്പോലെ അപ്രത്യക്ഷമാകുന്നു. ഹൃദയം വിങ്ങുക ആണ്. വേണം എന്നു കരുതി ചെയ്തതായിരുന്നില്ല.

പക്ഷേ, സമയദോഷം ആകാം... ഗുളികൻ നാക്കിൽ വിളയാടുക എന്ന പഴമൊഴിയെ അന്വർത്ഥം ആക്കി തന്റെ ആത്മാവിനെക്കാൾ താൻ കൂടെ കൂട്ടിയ അവളെ കുരിശിൽ തറച്ചപ്പോൾ അവളുടെ മനസ്സിന്റെ വേദന മനസ്സിലാക്കാതെ പ്രതികരിച്ചപ്പോൾ ഓർത്തില്ല ഒരിക്കലും. പശ്ചാത്താപം അലകടൽ ആയി ആർത്തിരമ്പി തുടങ്ങിയപ്പോഴേക്കും അവൾ മാനസികമായി അകന്നിരുന്നു. കുറഞ്ഞ കാലത്തെ സൗഹൃദം മാത്രമെ ഉണ്ടായിരുന്നു എങ്കിലും ഒരു ജന്മം അനുഭവിച്ചു തീർത്താൽ തീരാത്ത സന്തോഷവും, ഒരുപാടിഷ്ടങ്ങളും, എന്നും മനസ്സിൽ താലോലിക്കുവാൻ പര്യാപ്തമായ

"

നിമിഷങ്ങളും സമ്മാനിച്ചിരുന്നു അവൾ.

ഒരു നിമിഷത്തിന്റെ അവിവേകത്തിൽ ചവിട്ടി അരച്ചുകളഞ്ഞത് ഒരു സ്വർഗം ആയിരുന്നു. തിരികെ ലഭിക്കില്ല ഇനി ഒന്നും... എന്നു മനസ്സിനെ വിശ്വസിപ്പിക്കാൻ വൃഥാ ശ്രമിക്കുക ആണ്. മറക്കാൻ ശ്രമിക്കുംതോറും ഓർമ്മകൾ അലയടിക്കുക ആണ്. ഹൃദയം നുറുങ്ങി പോകുന്ന വേദന കടിച്ചമർത്തി ഇനിയുള്ള കാലം ആരോടും പരിഭവം ഇല്ലാതെ ജീവിച്ചു തീർക്കണം. തലേദിവസം കൂടെ നിസ്സാരകാര്യത്തിന് ശുണ്ഠി കാണിച്ചപ്പോൾ വയ്യാതെ ഇരിക്കുന്ന എന്നെ നന്നായി അറിയുന്ന നിങ്ങൾ തന്നെ വേദനിപ്പിക്കണം എന്നു അവൾ പറഞ്ഞിരുന്നു. എന്റെ അതിരുവിട്ട ദേഷ്യവും കുസൃതിത്തരവും മനസ്സിനെ ബാധിച്ചു കളയുന്ന വാക്ക് പ്രയോഗങ്ങളും പലകുറി അവൾക്കു ഏറ്റു വാങ്ങേണ്ടി വന്നെങ്കിലും പ്രതികരിക്കാതെ സഹനത്തിന്റെ ആൾ രൂപം ആയി എന്നെ ചേർത്തു പിടിച്ചവൾ ആയിരുന്നു അവൾ. എനിക്കു എന്നോ നഷ്ടമായ ഉണർവും ഉന്മേഷവും ഊർജ്ജ സ്വലതയും പകർന്നു മുൻപേ കൈപിടിച്ച് നടത്തിയവൾ.

ഒരൊറ്റ നിമിഷത്തിന്റെ അവിവേകം എല്ലാം തകർത്ത ഈ വേളയിൽ വിറയാർന്ന കാലടി പാദങ്ങളോടെ ജീവിത യാത്ര ഇനി ഒറ്റയ്ക്ക് ആണ് എന്ന ബോധം പിടിച്ചു ഉലക്കുന്നു.

വാ...വിട്ട വാക്ക് കൈവിട്ട ആയുധം തിരിച്ചെടുക്കാൻ കഴിയില്ല ഒരിക്കലും. തെറ്റുകൾ എന്റേതു മാത്രം ആണ്. എന്റെ കൂടപിറപ്പു ആയ ദേഷ്യം.

അനുഭവം ആണ് ഏറ്റവും വലിയ ഗുരു. കുറഞ്ഞ കാലംകൊണ്ട് ഒരുപാട് വലിയ കാര്യങ്ങൾ ആ ഗുരുനാഥൻ പഠിപ്പിച്ചു. ചെയ്തു പോയ തെറ്റു കുറ്റങ്ങൾക്ക് എന്തു പ്രായശ്ചിത്തം ചെയ്യണം എന്നു നിശ്ചയം ഇല്ല. മനസ്സു കൊണ്ടു ഒരായിരം വട്ടം "മാപ്പ്" അപേക്ഷിക്കുന്നു.

വിചാരത്തെക്കാൾ വിവേകത്തിന് ആണ് പ്രാധാന്യം. വിവേകം കൂടാതെ ചെയ്യുന്ന ഓരോ പ്രവൃത്തികളും തീരാ ദുഃഖം സമ്മാനിച്ചു കൊണ്ടു ജീവിത യാത്രയിൽ കൂടെ കാണും.

എന്റെ പുനർജ്ജനി നൂഴൽ നിർബാധം തുടരണം ഞാൻ ചെയ്തു കൂട്ടിയ പാപക്കറകൾ അലിഞ്ഞു ഇല്ലാതെ ആകുംവരെ. വേദനിപ്പിച്ച മനസ്സിനോട് കൈകൂപ്പി ഒരപേക്ഷ മാത്രം " ഹൃദയംകൊണ്ടു ക്ഷമ ചോദിക്കുന്നു "സ്നേഹിച്ചില്ലേലും വെറുക്കാതെ ഇരിക്കുക. ഞാൻ യാത്ര തുടരട്ടെ. ലക്ഷ്യ ബോധം ഇല്ലാതെ. വഴിവക്കിൽ തളർന്നു വീണു ഒടുങ്ങും വരെ. ചെയ്തു കൂട്ടിയ തെറ്റുകൾക്ക് പരിഹാരം അതേ ഉള്ളു.

നല്ല സൗഹൃദങ്ങൾ കൈവിട്ടു പോകുമ്പോഴാണ് വില മനസ്സിലാകുന്നത്.

മനുഷ്യനെ മനസ്സിലാക്കി മുന്നേറിയാൽ പണം വിലമതിക്കാൻ പറ്റാത്ത ഒന്നായിമാറും!

സ്വയംകൃതാർത്ഥമായ അപരാധശരങ്ങൾ മുറിവേൽപ്പിച്ച മനസ്സുമായി അയാൾ പുനർജ്ജനി നൂളുക ആണ്. ചെയ്തുകൂട്ടിയ തെറ്റുകൾ മനസ്സിനെ കുത്തി വേദനിപ്പിക്കുന്ന ഈ വേളയിൽ

എഴുതുവാൻ ആയി മനസ്സിൽ വാക്കുകൾ അലതല്ലുന്നുണ്ടേലും ചെയ്തുപോയ അപരാധത്തിന്റെ കുറ്റബോധം മനസ്സിനെ പിടിച്ചുലയ്ക്കുമ്പോൾ വാക്കുകൾ ഒരു മാന്ത്രികനെപ്പോലെ അപ്രത്യക്ഷമാകുന്നു. ഹൃദയം വിങ്ങുക ആണ്. വേണം എന്നു കരുതി ചെയ്തതായിരുന്നില്ല.

പക്ഷേ, സമയദോഷം ആകാം... ഗുളികൻ നാക്കിൽ വിളയാടുക എന്ന പഴമൊഴിയെ അന്വർത്ഥം ആക്കി തന്റെ ആത്മാവിനെക്കാൾ താൻ കൂടെ കൂട്ടിയ അവളെ കുരിശിൽ തറച്ചപ്പോൾ അവളുടെ മനസ്സിന്റെ വേദന മനസ്സിലാക്കാതെ പ്രതികരിച്ചപ്പോൾ ഓർത്തില്ല ഒരിക്കലും. പശ്ചാത്താപം

അലകടൽ ആയി ആർത്തിരമ്പി തുടങ്ങിയപ്പോഴേക്കും അവൾ മാനസികമായി അകന്നിരുന്നു. കുറഞ്ഞ കാലത്തെ സൗഹൃദം മാത്രമെ ഉണ്ടായിരുന്നു എങ്കിലും ഒരു ജന്മം അനുഭവിച്ചു തീർത്താൽ തീരാത്ത സന്തോഷവും, ഒരുപാടിഷ്ടങ്ങളും, എന്നും മനസ്സിൽ താലോലിക്കുവാൻ പര്യാപ്തമായ നിമിഷങ്ങളും സമ്മാനിച്ചിരുന്നു അവൾ.

ഒരു നിമിഷത്തിന്റെ അവിവേകത്തിൽ ചവിട്ടി അരച്ചുകളഞ്ഞത് ഒരു സ്വർഗം ആയിരുന്നു. തിരികെ ലഭിക്കില്ല ഇനി ഒന്നും... എന്നു മനസ്സിനെ വിശ്വസിപ്പിക്കാൻ വൃഥാ ശ്രമിക്കുക ആണ്. മറക്കാൻ ശ്രമിക്കുംതോറും ഓർമ്മകൾ അലയടിക്കുക ആണ്. ഹൃദയം നുറുങ്ങി പോകുന്ന വേദന കടിച്ചമർത്തി ഇനിയുള്ള കാലം ആരോടും പരിഭവം ഇല്ലാതെ ജീവിച്ചു തീർക്കണം. തലേദിവസം കൂടെ നിസ്സാരകാര്യത്തിന് ശുണ്ഠി കാണിച്ചപ്പോൾ വയ്യാതെ ഇരിക്കുന്ന എന്നെ നന്നായി അറിയുന്ന നിങ്ങൾ തന്നെ വേദനിപ്പിക്കണം എന്നു അവൾ പറഞ്ഞിരുന്നു. എന്റെ അതിരുവിട്ട ദേഷ്യവും കുസൃതിത്തരവും മനസ്സിനെ ബാധിച്ചു കളയുന്ന വാക്ക് പ്രയോഗങ്ങളും പലകുറി അവൾക്കു ഏറ്റു വാങ്ങേണ്ടി വന്നെങ്കിലും പ്രതികരിക്കാതെ സഹനത്തിന്റെ ആൾ രൂപം ആയി എന്നെ ചേർത്തു പിടിച്ചവൾ ആയിരുന്നു അവൾ. എനിക്കു എന്നോ നഷ്ടമായ ഉണർവും ഉന്മേഷവും ഊർജ്ജ സ്വലതയും പകർന്നു മുൻപേ കൈപിടിച്ച് നടത്തിയവൾ.

ഒരൊറ്റ നിമിഷത്തിന്റെ അവിവേകം എല്ലാം തകർത്ത ഈ വേളയിൽ വിറയാർന്ന കാലടി പാദങ്ങളോടെ ജീവിത യാത്ര ഇനി ഒറ്റയ്ക്ക് ആണ് എന്ന ബോധം പിടിച്ചു ഉലക്കുന്നു.

വാ...വിട്ട വാക്ക് കൈവിട്ട ആയുധം തിരിച്ചെടുക്കാൻ കഴിയില്ല ഒരിക്കലും. തെറ്റുകൾ എന്റേതു മാത്രം ആണ്. എന്റെ കൂടപിറപ്പു ആയ ദേഷ്യം.

അനുഭവം ആണ് ഏറ്റവും വലിയ ഗുരു. കുറഞ്ഞ കാലംകൊണ്ട് ഒരുപാട് വലിയ കാര്യങ്ങൾ ആ ഗുരുനാഥൻ പഠിപ്പിച്ചു. ചെയ്തു പോയ തെറ്റു കുറ്റങ്ങൾക്ക് എന്തു പ്രായശ്ചിത്തം ചെയ്യണം എന്നു നിശ്ചയം ഇല്ല. മനസ്സു കൊണ്ടു ഒരായിരം വട്ടം " മാപ്പ്" അപേക്ഷിക്കുന്നു.

വിചാരത്തെക്കാൾ വിവേകത്തിന് ആണ് പ്രാധാന്യം. വിവേകം കൂടാതെ ചെയ്യുന്ന ഓരോ പ്രവൃത്തികളും തീരാ ദുഃഖം സമ്മാനിച്ചു കൊണ്ടു ജീവിത യാത്രയിൽ കൂടെ കാണും.

എന്റെ പുനർജ്ജനി നൂഴൽ നിർബാധം തുടരണം ഞാൻ ചെയ്തു കൂട്ടിയ പാപക്കറകൾ അലിഞ്ഞു ഇല്ലാതെ ആകുംവരെ. വേദനിപ്പിച്ച മനസ്സിനോട് കൈകൂപ്പി ഒരപേക്ഷ മാത്രം " ഹൃദയംകൊണ്ടു ക്ഷമ ചോദിക്കുന്നു "സ്നേഹിച്ചില്ലേലും വെറുക്കാതെ ഇരിക്കുക. ഞാൻ യാത്ര തുടരട്ടെ. ലക്ഷ്യ ബോധം ഇല്ലാതെ. വഴിവക്കിൽ തളർന്നു വീണു ഒടുങ്ങും വരെ. ചെയ്തു കൂട്ടിയ തെറ്റുകൾക്ക് പരിഹാരം അതെ ഉള്ളൂ.

നല്ല സൗഹൃദങ്ങൾ കൈവിട്ടു പോകുമ്പോഴാണ് വില മനസ്സിലാകുന്നത്.

മനുഷ്യനെ മനസ്സിലാക്കി മുന്നേറിയാൽ പണം വിലമതിക്കാൻ പറ്റാത്ത ഒന്നായിമാറും!

സ്വയംകൃതാർത്ഥമായ അപരാധശരങ്ങൾ മുറിവേൽപ്പിച്ച മനസ്സുമായി അയാൾ പുനർജ്ജനി നൂളുക ആണ്. ചെയ്തുകൂട്ടിയ തെറ്റുകൾ മനസ്സിനെ കുത്തി വേദനിപ്പിക്കുന്ന ഈ വേളയിൽ

എഴുതുവാൻ ആയി മനസ്സിൽ വാക്കുകൾ അലതല്ലുന്നുണ്ടേലും ചെയ്തുപോയ അപരാധത്തിന്റെ കുറ്റബോധം മനസ്സിനെ പിടിച്ചുലയ്ക്കുമ്പോൾ വാക്കുകൾ ഒരു മാന്ത്രികനെപ്പോലെ അപ്രത്യക്ഷമാകുന്നു. ഹൃദയം വിങ്ങുക ആണ്. വേണം എന്നു കരുതി ചെയ്തതായിരുന്നില്ല.

പക്ഷേ, സമയദോഷം ആകാം... ഗുളികൻ നാക്കിൽ വിളയാടുക എന്ന പഴമൊഴിയെ അന്വർത്ഥം ആക്കി തന്റെ ആത്മാവിനെക്കാൾ താൻ കൂടെ കൂട്ടിയ അവളെ കുരിശിൽ തറച്ചപ്പോൾ അവളുടെ മനസ്സിന്റെ വേദന മനസ്സിലാക്കാതെ പ്രതികരിച്ചപ്പോൾ ഓർത്തില്ല ഒരിക്കലും. പശ്ചാത്താപം അലകടൽ ആയി ആർത്തിരമ്പി തുടങ്ങിയപ്പോഴേക്കും അവൾ മാനസികമായി അകന്നിരുന്നു. കുറഞ്ഞ കാലത്തെ സൗഹൃദം മാത്രമെ ഉണ്ടായിരുന്നു എങ്കിലും ഒരു ജന്മം അനുഭവിച്ചു തീർത്താൽ തീരാത്ത സന്തോഷവും, ഒരുപാടിഷ്ടങ്ങളും, എന്നും മനസ്സിൽ താലോലിക്കുവാൻ പര്യാപ്തമായ നിമിഷങ്ങളും സമ്മാനിച്ചിരുന്നു അവൾ.

ഒരു നിമിഷത്തിന്റെ അവിവേകത്തിൽ ചവിട്ടി അരച്ചുകളഞ്ഞത് ഒരു സ്വർഗം ആയിരുന്നു. തിരികെ ലഭിക്കില്ല ഇനി ഒന്നും... എന്നു മനസ്സിനെ വിശ്വസിപ്പിക്കാൻ വൃഥാ ശ്രമിക്കുക ആണ്. മറക്കാൻ ശ്രമിക്കുംതോറും ഓർമ്മകൾ അലയടിക്കുക ആണ്. ഹൃദയം നുറുങ്ങി പോകുന്ന വേദന കടിച്ചമർത്തി ഇനിയുള്ള കാലം ആരോടും പരിഭവം ഇല്ലാതെ ജീവിച്ചു തീർക്കണം. തലേദിവസം കൂടെ നിസ്സാരകാര്യത്തിന് ശുണ്ഠി കാണിച്ചപ്പോൾ വയ്യാതെ ഇരിക്കുന്ന എന്നെ നന്നായി അറിയുന്ന നിങ്ങൾ തന്നെ വേദനിപ്പിക്കണം എന്നു അവൾ പറഞ്ഞിരുന്നു. എന്റെ അതിരുവിട്ട ദേഷ്യവും കുസൃതിത്തരവും മനസ്സിനെ ബാധിച്ചു കളയുന്ന വാക്ക് പ്രയോഗങ്ങളും പലകുറി അവൾക്കു ഏറ്റു വാങ്ങേണ്ടി വന്നെങ്കിലും പ്രതികരിക്കാതെ സഹനത്തിന്റെ ആൾ രൂപം ആയി എന്നെ ചേർത്തു പിടിച്ചവൾ ആയിരുന്നു അവൾ. എനിക്കു എന്നോ നഷ്ടമായ ഉണർവും ഉന്മേഷവും ഊർജ്ജ സ്വലതയും പകർന്നു മുൻപേ കൈപിടിച്ച് നടത്തിയവൾ.

ഒരൊറ്റ നിമിഷത്തിന്റെ അവിവേകം എല്ലാം തകർത്ത ഈ വേളയിൽ വിറയാർന്ന കാലടി പാദങ്ങളോടെ ജീവിത യാത്ര ഇനി ഒറ്റയ്ക്ക് ആണ് എന്ന ബോധം പിടിച്ചു ഉലക്കുന്നു.

വാ...വിട്ട വാക്ക് കൈവിട്ട ആയുധം തിരിച്ചെടുക്കാൻ കഴിയില്ല ഒരിക്കലും. തെറ്റുകൾ എന്റേതു മാത്രം ആണ്. എന്റെ കൂടപിറപ്പു ആയ ദേഷ്യം.

അനുഭവം ആണ് ഏറ്റവും വലിയ ഗുരു. കുറഞ്ഞ കാലംകൊണ്ട് ഒരുപാട് വലിയ കാര്യങ്ങൾ ആ ഗുരുനാഥൻ പഠിപ്പിച്ചു. ചെയ്തു പോയ തെറ്റു കുറ്റങ്ങൾക്ക് എന്തു പ്രായശ്ചിത്തം ചെയ്യണം എന്നു നിശ്ചയം ഇല്ല. മനസ്സു കൊണ്ടു ഒരായിരം വട്ടം " മാപ്പ് " അപേക്ഷിക്കുന്നു.

വിചാരത്തെക്കാൾ വിവേകത്തിന് ആണ് പ്രാധാന്യം. വിവേകം കൂടാതെ ചെയ്യുന്ന ഓരോ പ്രവൃത്തികളും തീരാ ദുഃഖം സമ്മാനിച്ചു കൊണ്ടു ജീവിത യാത്രയിൽ കൂടെ കാണും.

എന്റെ പുനർജ്ജനി നൂഴൽ നിർബാധം തുടരണം ഞാൻ ചെയ്തു കൂട്ടിയ പാപക്കറകൾ അലിഞ്ഞു ഇല്ലാതെ ആകുംവരെ. വേദനിപ്പിച്ച മനസ്സിനോട് കൈകൂപ്പി ഒരപേക്ഷ മാത്രം " ഹൃദയംകൊണ്ടു ക്ഷമ ചോദിക്കുന്നു "സ്നേഹിച്ചില്ലേലും വെറുക്കാതെ ഇരിക്കുക. ഞാൻ യാത്ര തുടരട്ടെ. ലക്ഷ്യ ബോധം ഇല്ലാതെ. വഴിവക്കിൽ തളർന്നു വീണു ഒടുങ്ങും വരെ. ചെയ്തു കൂട്ടിയ തെറ്റുകൾക്ക് പരിഹാരം അതെ ഉള്ളൂ.

നല്ല സൗഹൃദങ്ങൾ കൈവിട്ടു പോകുമ്പോഴാണ് വില മനസ്സിലാകുന്നത്.

മനുഷ്യനെ മനസ്സിലാക്കി മുന്നേറിയാൽ പണം വിലമതിക്കാൻ പറ്റാത്ത ഒന്നായിമാറും!

സ്വയംകൃതാർത്ഥമായ അപരാധശരങ്ങൾ മുറിവേൽപ്പിച്ച മനസ്സുമായി അയാൾ പുനർജ്ജനി നൂളുക ആണ്. ചെയ്തുകൂട്ടിയ തെറ്റുകൾ മനസ്സിനെ കുത്തി വേദനിപ്പിക്കുന്ന

ഈ വേളയിൽ

എഴുതുവാൻ ആയി മനസ്സിൽ വാക്കുകൾ അലതല്ലുന്നുണ്ടേലും ചെയ്തുപോയ അപരാധത്തിന്റെ കുറ്റബോധം മനസ്സിനെ പിടിച്ചുലയ്ക്കുമ്പോൾ വാക്കുകൾ ഒരു മാന്ത്രികനെപ്പോലെ അപ്രത്യക്ഷമാകുന്നു. ഹൃദയം വിങ്ങുക ആണ്. വേണം എന്നു കരുതി ചെയ്തതായിരുന്നില്ല.

പക്ഷേ, സമയദോഷം ആകാം... ഗുളികൻ നാക്കിൽ വിളയാടുക എന്ന പഴമൊഴിയെ അന്വർത്ഥം ആക്കി തന്റെ ആത്മാവിനെക്കാൾ താൻ കൂടെ കൂട്ടിയ അവളെ കുരിശിൽ തറച്ചപ്പോൾ അവളുടെ മനസ്സിന്റെ വേദന മനസ്സിലാക്കാതെ പ്രതികരിച്ചപ്പോൾ ഓർത്തില്ല ഒരിക്കലും. പശ്ചാത്താപം അലകടൽ ആയി ആർത്തിരമ്പി തുടങ്ങിയപ്പോഴേക്കും അവൾ മാനസികമായി അകന്നിരുന്നു. കുറഞ്ഞ കാലത്തെ സൗഹൃദം മാത്രമെ ഉണ്ടായിരുന്നു എങ്കിലും ഒരു ജന്മം അനുഭവിച്ചു തീർത്താൽ തീരാത്ത സന്തോഷവും, ഒരുപാടിഷ്ടങ്ങളും, എന്നും മനസ്സിൽ താലോലിക്കുവാൻ പര്യാപ്തമായ നിമിഷങ്ങളും സമ്മാനിച്ചിരുന്നു അവൾ.

ഒരു നിമിഷത്തിന്റെ അവിവേകത്തിൽ ചവിട്ടി അരച്ചുകളഞ്ഞത് ഒരു സ്വർഗം ആയിരുന്നു. തിരികെ ലഭിക്കില്ല ഇനി ഒന്നും... എന്നു മനസ്സിനെ വിശ്വസിപ്പിക്കാൻ വ്യഥാ ശ്രമിക്കുക ആണ്. മറക്കാൻ ശ്രമിക്കുംതോറും ഓർമ്മകൾ അലയടിക്കുക ആണ്. ഹൃദയം നുറുങ്ങി പോകുന്ന വേദന കടിച്ചമർത്തി ഇനിയുള്ള കാലം ആരോടും പരിഭവം ഇല്ലാതെ ജീവിച്ചു തീർക്കണം. തലേദിവസം കൂടെ നിസ്സാരകാര്യത്തിന് ശുണ്ഠി കാണിച്ചപ്പോൾ വയ്യാതെ ഇരിക്കുന്ന എന്നെ നന്നായി അറിയുന്ന നിങ്ങൾ തന്നെ വേദനിപ്പിക്കണം എന്നു അവൾ പറഞ്ഞിരുന്നു. എന്റെ അതിരുവിട്ട ദേഷ്യവും കുസൃതിത്തരവും മനസ്സിനെ ബാധിച്ചു കളയുന്ന വാക്ക് പ്രയോഗങ്ങളും പലകുറി അവൾക്കു ഏറ്റു

വാങ്ങേണ്ടി വന്നെങ്കിലും പ്രതികരിക്കാതെ സഹനത്തിന്റെ ആൾ രൂപം ആയി എന്നെ ചേർത്തു പിടിച്ചവൾ ആയിരുന്നു അവൾ. എനിക്കു എന്നോ നഷ്ടമായ ഉണർവും ഉന്മേഷവും ഊർജ്ജ സ്വലതയും പകർന്നു മുൻപേ കൈപിടിച്ച് നടത്തിയവൾ.

ഒരൊറ്റ നിമിഷത്തിന്റെ അവിവേകം എല്ലാം തകർത്ത ഈ വേളയിൽ വിറയാർന്ന കാലടി പാദങ്ങളോടെ ജീവിത യാത്ര ഇനി ഒറ്റയ്ക്ക് ആണ് എന്ന ബോധം പിടിച്ചു ഉലക്കുന്നു.

വാ...വിട്ട വാക്ക് കൈവിട്ട ആയുധം തിരിച്ചെടുക്കാൻ കഴിയില്ല ഒരിക്കലും. തെറ്റുകൾ എന്റേതു മാത്രം ആണ്. എന്റെ കൂടപിറപ്പു ആയ ദേഷ്യം.

അനുഭവം ആണ് ഏറ്റവും വലിയ ഗുരു. കുറഞ്ഞ കാലംകൊണ്ട് ഒരുപാട് വലിയ കാര്യങ്ങൾ ആ ഗുരുനാഥൻ പഠിപ്പിച്ചു. ചെയ്തു പോയ തെറ്റു കുറ്റങ്ങൾക്ക് എന്തു പ്രായശ്ചിത്തം ചെയ്യണം എന്നു നിശ്ചയം ഇല്ല. മനസ്സു കൊണ്ടു ഒരായിരം വട്ടം " മാപ്പ് " അപേക്ഷിക്കുന്നു.

വിചാരത്തെക്കാൾ വിവേകത്തിന് ആണ് പ്രാധാന്യം. വിവേകം കൂടാതെ ചെയ്യുന്ന ഓരോ പ്രവൃത്തികളും തീരാ ദുഃഖം സമ്മാനിച്ചു കൊണ്ടു ജീവിത യാത്രയിൽ കൂടെ കാണും.

എന്റെ പുനർജ്ജനി നൂഴൽ നിർബാധം തുടരണം ഞാൻ ചെയ്തു കൂട്ടിയ പാപക്കറകൾ അലിഞ്ഞു ഇല്ലാതെ ആകുംവരെ. വേദനിപ്പിച്ച മനസ്സിനോട് കൈകൂപ്പി ഒരപേക്ഷ മാത്രം " ഹൃദയംകൊണ്ടു ക്ഷമ ചോദിക്കുന്നു "സ്നേഹിച്ചില്ലേലും വെറുക്കാതെ ഇരിക്കുക. ഞാൻ യാത്ര തുടരട്ടെ. ലക്ഷ്യ ബോധം ഇല്ലാതെ. വഴിവക്കിൽ തളർന്നു വീണു ഒടുങ്ങും വരെ. ചെയ്തു കൂട്ടിയ തെറ്റുകൾക്ക് പരിഹാരം അതെ ഉള്ളു.

നല്ല സൗഹൃദങ്ങൾ കൈവിട്ടു പോകുമ്പോഴാണ് വില മനസ്സിലാകുന്നത്.

മനുഷ്യനെ മനസ്സിലാക്കി മുന്നേറിയാൽ പണം വിലമതിക്കാൻ പറ്റാത്ത ഒന്നായിമാറും!

സ്വയംകൃതാർത്ഥമായ അപരാധശരങ്ങൾ മുറിവേൽപ്പിച്ച മനസ്സുമായി അയാൾ പുനർജ്ജനി നൂളുക ആണ്. ചെയ്തുകൂട്ടിയ തെറ്റുകൾ മനസ്സിനെ കുത്തി വേദനിപ്പിക്കുന്ന ഈ വേളയിൽ

എഴുതുവാൻ ആയി മനസ്സിൽ വാക്കുകൾ അലതല്ലുന്നുണ്ടേലും ചെയ്തുപോയ അപരാധത്തിന്റെ കുറ്റബോധം മനസ്സിനെ പിടിച്ചുലയ്ക്കുമ്പോൾ വാക്കുകൾ ഒരു മാന്ത്രികനെപ്പോലെ അപ്രത്യക്ഷമാകുന്നു. ഹൃദയം വിങ്ങുക ആണ്. വേണം എന്നു കരുതി ചെയ്തതായിരുന്നില്ല.

പക്ഷേ, സമയദോഷം ആകാം... ഗുളികൻ നാക്കിൽ വിളയാടുക എന്ന പഴമൊഴിയെ അന്വർത്ഥം ആക്കി തന്റെ ആത്മാവിനെക്കാൾ താൻ കൂടെ കൂട്ടിയ അവളെ കുരിശിൽ തറച്ചപ്പോൾ അവളുടെ മനസ്സിന്റെ വേദന മനസ്സിലാക്കാതെ പ്രതികരിച്ചപ്പോൾ ഓർത്തില്ല ഒരിക്കലും. പശ്ചാത്താപം അലകടൽ ആയി ആർത്തിരമ്പി തുടങ്ങിയപ്പോഴേക്കും അവൾ മാനസികമായി അകന്നിരുന്നു. കുറഞ്ഞ കാലത്തെ സൗഹൃദം മാത്രമെ ഉണ്ടായിരുന്നു എങ്കിലും ഒരു ജന്മം അനുഭവിച്ചു തീർത്താൽ തീരാത്ത സന്തോഷവും, ഒരുപാടിഷ്ടങ്ങളും, എന്നും മനസ്സിൽ താലോലിക്കുവാൻ പര്യാപ്തമായ നിമിഷങ്ങളും സമ്മാനിച്ചിരുന്നു അവൾ.

ഒരു നിമിഷത്തിന്റെ അവിവേകത്തിൽ ചവിട്ടി അരച്ചുകളഞ്ഞത് ഒരു സ്വർഗം ആയിരുന്നു. തിരികെ ലഭിക്കില്ല ഇനി ഒന്നും... എന്നു മനസ്സിനെ വിശ്വസിപ്പിക്കാൻ വൃഥാ ശ്രമിക്കുക ആണ്. മറക്കാൻ ശ്രമിക്കുംതോറും ഓർമ്മകൾ അലയടിക്കുക ആണ്. ഹൃദയം നുറുങ്ങി പോകുന്ന വേദന കടിച്ചമർത്തി ഇനിയുള്ള കാലം ആരോടും പരിഭവം ഇല്ലാതെ ജീവിച്ചു തീർക്കണം. തലേദിവസം കൂടെ

നിസ്സാരകാര്യത്തിന് ശുണ്ഠി കാണിച്ചപ്പോൾ വയ്യാതെ ഇരിക്കുന്ന എന്നെ നന്നായി അറിയുന്ന നിങ്ങൾ തന്നെ വേദനിപ്പിക്കണം എന്നു അവൾ പറഞ്ഞിരുന്നു. എന്റെ അതിരുവിട്ട ദേഷ്യവും കുസൃതിത്തരവും മനസ്സിനെ ബാധിച്ചു കളയുന്ന വാക്ക് പ്രയോഗങ്ങളും പലകുറി അവൾക്കു ഏറ്റു വാങ്ങേണ്ടി വന്നെങ്കിലും പ്രതികരിക്കാതെ സഹനത്തിന്റെ ആൾ രൂപം ആയി എന്നെ ചേർത്തു പിടിച്ചവൾ ആയിരുന്നു അവൾ. എനിക്കു എന്നോ നഷ്ടമായ ഉണർവും ഉന്മേഷവും ഊർജ്ജ സ്വലതയും പകർന്നു മുൻപേ കൈപിടിച്ച് നടത്തിയവൾ.

ഒരൊറ്റ നിമിഷത്തിന്റെ അവിവേകം എല്ലാം തകർത്ത ഈ വേളയിൽ വിറയാർന്ന കാലടി പാദങ്ങളോടെ ജീവിത യാത്ര ഇനി ഒറ്റയ്ക്ക് ആണ് എന്ന ബോധം പിടിച്ചു ഉലക്കുന്നു.

വാ...വിട്ട വാക്ക് കൈവിട്ട ആയുധം തിരിച്ചെടുക്കാൻ കഴിയില്ല ഒരിക്കലും. തെറ്റുകൾ എന്റേതു മാത്രം ആണ്. എന്റെ കൂടപിറപ്പു ആയ ദേഷ്യം.

അനുഭവം ആണ് ഏറ്റവും വലിയ ഗുരു. കുറഞ്ഞ കാലംകൊണ്ട് ഒരുപാട് വലിയ കാര്യങ്ങൾ ആ ഗുരുനാഥൻ പഠിപ്പിച്ചു. ചെയ്തു പോയ തെറ്റു കുറ്റങ്ങൾക്ക് എന്തു പ്രായശ്ചിത്തം ചെയ്യണം എന്നു നിശ്ചയം ഇല്ല. മനസ്സു കൊണ്ടു ഒരായിരം വട്ടം " മാപ്പ്" അപേക്ഷിക്കുന്നു.

വിചാരത്തെക്കാൾ വിവേകത്തിന് ആണ് പ്രാധാന്യം. വിവേകം കൂടാതെ ചെയ്യുന്ന ഓരോ പ്രവൃത്തികളും തീരാ ദുഃഖം സമ്മാനിച്ചു കൊണ്ടു ജീവിത യാത്രയിൽ കൂടെ കാണും.

എന്റെ പുനർജ്ജനി നൂഴൽ നിർബാധം തുടരണം ഞാൻ ചെയ്തു കൂട്ടിയ പാപക്കറകൾ അലിഞ്ഞു ഇല്ലാതെ ആകുംവരെ. വേദനിപ്പിച്ച മനസ്സിനോട് കൈകൂപ്പി ഒരപേക്ഷ മാത്രം " ഹൃദയംകൊണ്ടു ക്ഷമ ചോദിക്കുന്നു "സ്നേഹിച്ചില്ലേലും വെറുക്കാതെ ഇരിക്കുക. ഞാൻ യാത്ര

തുടരട്ടെ. ലക്ഷ്യ ബോധം ഇല്ലാതെ. വഴിവക്കിൽ തളർന്നു വീണു ഒടുങ്ങും വരെ. ചെയ്തു കൂട്ടിയ തെറ്റുകൾക്ക് പരിഹാരം അതെ ഉള്ളു.

നല്ല സൗഹൃദങ്ങൾ കൈവിട്ടു പോകുമ്പോഴാണ് വില മനസ്സിലാകുന്നത്.

മനുഷ്യനെ മനസ്സിലാക്കി മുന്നേറിയാൽ പണം വിലമതിക്കാൻ പറ്റാത്ത ഒന്നായിമാറും!

സ്വയംകൃതാർത്ഥമായ അപരാധശരങ്ങൾ മുറിവേൽപ്പിച്ച മനസ്സുമായി അയാൾ പുനർജ്ജനി നൂളുക ആണ്. ചെയ്തുകൂട്ടിയ തെറ്റുകൾ മനസ്സിനെ കുത്തി വേദനിപ്പിക്കുന്ന ഈ വേളയിൽ

എഴുതുവാൻ ആയി മനസ്സിൽ വാക്കുകൾ അലതല്ലുന്നുണ്ടേലും ചെയ്തുപോയ അപരാധത്തിന്റെ കുറ്റബോധം മനസ്സിനെ പിടിച്ചുലയ്ക്കുമ്പോൾ വാക്കുകൾ ഒരു മാന്ത്രികനെപ്പോലെ അപ്രത്യക്ഷമാകുന്നു. ഹൃദയം വിങ്ങുക ആണ്. വേണം എന്നു കരുതി ചെയ്തതായിരുന്നില്ല.

പക്ഷേ, സമയദോഷം ആകാം... ഗുളികൻ നാക്കിൽ വിളയാടുക എന്ന പഴമൊഴിയെ അന്വർത്ഥം ആക്കി തന്റെ ആത്മാവിനെക്കാൾ താൻ കൂടെ കൂട്ടിയ അവളെ കുരിശിൽ തറച്ചപ്പോൾ അവളുടെ മനസ്സിന്റെ വേദന മനസ്സിലാക്കാതെ പ്രതികരിച്ചപ്പോൾ ഓർത്തില്ല ഒരിക്കലും. പശ്ചാത്താപം അലകടൽ ആയി ആർത്തിരമ്പി തുടങ്ങിയപ്പോഴേക്കും അവൾ മാനസികമായി അകന്നിരുന്നു. കുറഞ്ഞ കാലത്തെ സൗഹൃദം മാത്രമെ ഉണ്ടായിരുന്നു എങ്കിലും ഒരു ജന്മം അനുഭവിച്ചു തീർത്താൽ തീരാത്ത സന്തോഷവും, ഒരുപാടിഷ്ടങ്ങളും, എന്നും മനസ്സിൽ താലോലിക്കുവാൻ പര്യാപ്തമായ നിമിഷങ്ങളും സമ്മാനിച്ചിരുന്നു അവൾ.

ഒരു നിമിഷത്തിന്റെ അവിവേകത്തിൽ ചവിട്ടി അരച്ചുകളഞ്ഞത് ഒരു സ്വർഗം ആയിരുന്നു. തിരികെ

ലഭിക്കില്ല ഇനി ഒന്നും... എന്നു മനസ്സിനെ വിശ്വസിപ്പിക്കാൻ വ്യഥാ ശ്രമിക്കുക ആണ്. മറക്കാൻ ശ്രമിക്കുംതോറും ഓർമ്മകൾ അലയടിക്കുക ആണ്. ഹൃദയം നുറുങ്ങി പോകുന്ന വേദന കടിച്ചമർത്തി ഇനിയുള്ള കാലം ആരോടും പരിഭവം ഇല്ലാതെ ജീവിച്ചു തീർക്കണം. തലേദിവസം കൂടെ നിസ്സാരകാര്യത്തിന് ശുണ്ഠി കാണിച്ചപ്പോൾ വയ്യാതെ ഇരിക്കുന്ന എന്നെ നന്നായി അറിയുന്ന നിങ്ങൾ തന്നെ വേദനിപ്പിക്കണം എന്നു അവൾ പറഞ്ഞിരുന്നു. എന്റെ അതിരുവിട്ട ദേഷ്യവും കുസൃതിത്തരവും മനസ്സിനെ ബാധിച്ചു കളയുന്ന വാക്ക് പ്രയോഗങ്ങളും പലകുറി അവൾക്കു ഏറ്റു വാങ്ങേണ്ടി വന്നെങ്കിലും പ്രതികരിക്കാതെ സഹനത്തിന്റെ ആൾ രൂപം ആയി എന്നെ ചേർത്തു പിടിച്ചവൾ ആയിരുന്നു അവൾ. എനിക്കു എന്നോ നഷ്ടമായ ഉണർവും ഉന്മേഷവും ഊർജ്ജ സ്വലതയും പകർന്നു മുൻപേ കൈപിടിച്ച് നടത്തിയവൾ.

ഒരൊറ്റ നിമിഷത്തിന്റെ അവിവേകം എല്ലാം തകർത്ത ഈ വേളയിൽ വിറയാർന്ന കാലടി പാദങ്ങളോടെ ജീവിത യാത്ര ഇനി ഒറ്റയ്ക്ക് ആണ് എന്ന ബോധം പിടിച്ചു ഉലക്കുന്നു.

വാ...വിട്ട വാക്ക് കൈവിട്ട ആയുധം തിരിച്ചെടുക്കാൻ കഴിയില്ല ഒരിക്കലും. തെറ്റുകൾ എന്റേതു മാത്രം ആണ്. എന്റെ കൂടപിറപ്പു ആയ ദേഷ്യം.

അനുഭവം ആണ് ഏറ്റവും വലിയ ഗുരു. കുറഞ്ഞ കാലംകൊണ്ട് ഒരുപാട് വലിയ കാര്യങ്ങൾ ആ ഗുരുനാഥൻ പഠിപ്പിച്ചു. ചെയ്തു പോയ തെറ്റു കുറ്റങ്ങൾക്ക് എന്തു പ്രായശ്ചിത്തം ചെയ്യണം എന്നു നിശ്ചയം ഇല്ല. മനസ്സു കൊണ്ടു ഒരായിരം വട്ടം "മാപ്പ്" അപേക്ഷിക്കുന്നു.

വിചാരത്തെക്കാൾ വിവേകത്തിന് ആണ് പ്രാധാന്യം. വിവേകം കൂടാതെ ചെയ്യുന്ന ഓരോ പ്രവൃത്തികളും തീരാ ദുഃഖം സമ്മാനിച്ചു കൊണ്ടു ജീവിത യാത്രയിൽ കൂടെ കാണും.

എന്റെ പുനർജ്ജനി നൂഴൽ നിർബാധം തുടരണം ഞാൻ ചെയ്തു കൂട്ടിയ പാപക്കറകൾ അലിഞ്ഞു ഇല്ലാതെ ആകുംവരെ. വേദനിപ്പിച്ച മനസ്സിനോട് കൈകൂപ്പി ഒരപേക്ഷ മാത്രം " ഹൃദയംകൊണ്ടു ക്ഷമ ചോദിക്കുന്നു "സ്നേഹിച്ചില്ലേലും വെറുക്കാതെ ഇരിക്കുക. ഞാൻ യാത്ര തുടരട്ടെ. ലക്ഷ്യ ബോധം ഇല്ലാതെ. വഴിവക്കിൽ തളർന്നു വീണു ഒടുങ്ങും വരെ. ചെയ്തു കൂട്ടിയ തെറ്റുകൾക്ക് പരിഹാരം അതെ ഉള്ളൂ.

നല്ല സൗഹൃദങ്ങൾ കൈവിട്ടു പോകുമ്പോഴാണ് വില മനസ്സിലാകുന്നത്.

മനുഷ്യനെ മനസ്സിലാക്കി മുന്നേറിയാൽ പണം വിലമതിക്കാൻ പറ്റാത്ത ഒന്നായിമാറും!

സ്വയംകൃതാർത്ഥമായ അപരാധശരങ്ങൾ മുറിവേൽപ്പിച്ച മനസ്സുമായി അയാൾ പുനർജ്ജനി നൂളുക ആണ്. ചെയ്തുകൂട്ടിയ തെറ്റുകൾ മനസ്സിനെ കുത്തി വേദനിപ്പിക്കുന്ന ഈ വേളയിൽ

എഴുതുവാൻ ആയി മനസ്സിൽ വാക്കുകൾ അലതല്ലുന്നുണ്ടേലും ചെയ്തുപോയ അപരാധത്തിന്റെ കുറ്റബോധം മനസ്സിനെ പിടിച്ചുലയ്ക്കുമ്പോൾ വാക്കുകൾ ഒരു മാന്ത്രികനെപ്പോലെ അപ്രത്യക്ഷമാകുന്നു. ഹൃദയം വിങ്ങുക ആണ്. വേണം എന്നു കരുതി ചെയ്തതായിരുന്നില്ല.

പക്ഷേ, സമയദോഷം ആകാം... ഗുളികൻ നാക്കിൽ വിളയാടുക എന്ന പഴമൊഴിയെ അന്വർത്ഥം ആക്കി തന്റെ ആത്മാവിനെക്കാൾ താൻ കൂടെ കൂട്ടിയ അവളെ കുരിശിൽ തറച്ചപ്പോൾ അവളുടെ മനസ്സിന്റെ വേദന മനസ്സിലാക്കാതെ പ്രതികരിച്ചപ്പോൾ ഓർത്തില്ല ഒരിക്കലും. പശ്ചാത്താപം അലകടൽ ആയി ആർത്തിരമ്പി തുടങ്ങിയപ്പോഴേക്കും അവൾ മാനസികമായി അകന്നിരുന്നു. കുറഞ്ഞ കാലത്തെ സൗഹൃദം മാത്രമെ ഉണ്ടായിരുന്നു എങ്കിലും ഒരു ജന്മം അനുഭവിച്ചു

തീർത്താൽ തീരാത്ത സന്തോഷവും, ഒരുപാടിഷ്ടങ്ങളും, എന്നും മനസ്സിൽ താലോലിക്കുവാൻ പര്യാപ്തമായ നിമിഷങ്ങളും സമ്മാനിച്ചിരുന്നു അവൾ.

ഒരു നിമിഷത്തിന്റെ അവിവേകത്തിൽ ചവിട്ടി അരച്ചുകളഞ്ഞത് ഒരു സ്വർഗം ആയിരുന്നു. തിരികെ ലഭിക്കില്ല ഇനി ഒന്നും... എന്നു മനസ്സിനെ വിശ്വസിപ്പിക്കാൻ വ്യഥാ ശ്രമിക്കുക ആണ്. മറക്കാൻ ശ്രമിക്കുംതോറും ഓർമ്മകൾ അലയടിക്കുക ആണ്. ഹൃദയം നുറുങ്ങി പോകുന്ന വേദന കടിച്ചമർത്തി ഇനിയുള്ള കാലം ആരോടും പരിഭവം ഇല്ലാതെ ജീവിച്ചു തീർക്കണം. തലേദിവസം കൂടെ നിസ്സാരകാര്യത്തിന് ശുണ്ഠി കാണിച്ചപ്പോൾ വയ്യാതെ ഇരിക്കുന്ന എന്നെ നന്നായി അറിയുന്ന നിങ്ങൾ തന്നെ വേദനിപ്പിക്കണം എന്നു അവൾ പറഞ്ഞിരുന്നു. എന്റെ അതിരുവിട്ട ദേഷ്യവും കുസൃതിത്തരവും മനസ്സിനെ ബാധിച്ചു കളയുന്ന വാക്ക് പ്രയോഗങ്ങളും പലകുറി അവൾക്കു ഏറ്റു വാങ്ങേണ്ടി വന്നെങ്കിലും പ്രതികരിക്കാതെ സഹനത്തിന്റെ ആൾ രൂപം ആയി എന്നെ ചേർത്തു പിടിച്ചവൾ ആയിരുന്നു അവൾ. എനിക്കു എന്നോ നഷ്ടമായ ഉണർവും ഉന്മേഷവും ഊർജ്ജ സ്വലതയും പകർന്നു മുൻപേ കൈപിടിച്ച് നടത്തിയവൾ.

ഒരൊറ്റ നിമിഷത്തിന്റെ അവിവേകം എല്ലാം തകർത്ത ഈ വേളയിൽ വിറയാർന്ന കാലടി പാദങ്ങളോടെ ജീവിത യാത്ര ഇനി ഒറ്റയ്ക്ക് ആണ് എന്ന ബോധം പിടിച്ചു ഉലക്കുന്നു.

വാ...വിട്ട വാക്ക് കൈവിട്ട ആയുധം തിരിച്ചെടുക്കാൻ കഴിയില്ല ഒരിക്കലും. തെറ്റുകൾ എന്റേതു മാത്രം ആണ്. എന്റെ കൂടപിറപ്പു ആയ ദേഷ്യം.

അനുഭവം ആണ് ഏറ്റവും വലിയ ഗുരു. കുറഞ്ഞ കാലംകൊണ്ട് ഒരുപാട് വലിയ കാര്യങ്ങൾ ആ ഗുരുനാഥൻ പഠിപ്പിച്ചു. ചെയ്തു പോയ തെറ്റു കുറ്റങ്ങൾക്ക് എന്തു

പ്രായശ്ചിത്തം ചെയ്യണം എന്നു നിശ്ചയം ഇല്ല. മനസ്സു കൊണ്ടു ഒരായിരം വട്ടം " മാപ്പ്" അപേക്ഷിക്കുന്നു.

വിചാരത്തെക്കാൾ വിവേകത്തിന് ആണ് പ്രാധാന്യം. വിവേകം കൂടാതെ ചെയ്യുന്ന ഓരോ പ്രവൃത്തികളും തീരാ ദുഃഖം സമ്മാനിച്ചു കൊണ്ടു ജീവിത യാത്രയിൽ കൂടെ കാണും.

എന്റെ പുനർജ്ജനി നൂഴൽ നിർബാധം തുടരണം ഞാൻ ചെയ്തു കൂട്ടിയ പാപക്കറകൾ അലിഞ്ഞു ഇല്ലാതെ ആകുംവരെ. വേദനിപ്പിച്ച മനസ്സിനോട് കൈകൂപ്പി ഒരപേക്ഷ മാത്രം " ഹൃദയംകൊണ്ടു ക്ഷമ ചോദിക്കുന്നു "സ്നേഹിച്ചില്ലേലും വെറുക്കാതെ ഇരിക്കുക. ഞാൻ യാത്ര തുടരട്ടെ. ലക്ഷ്യ ബോധം ഇല്ലാതെ. വഴിവക്കിൽ തളർന്നു വീണു ഒടുങ്ങും വരെ. ചെയ്തു കൂട്ടിയ തെറ്റുകൾക്ക് പരിഹാരം അതെ ഉള്ളൂ.

നല്ല സൗഹൃദങ്ങൾ കൈവിട്ടു പോകുമ്പോഴാണ് വില മനസ്സിലാകുന്നത്.

മനുഷ്യനെ മനസ്സിലാക്കി മുന്നേറിയാൽ പണം വിലമതിക്കാൻ പറ്റാത്ത ഒന്നായിമാറും!

സ്വയംകൃതാർത്ഥമായ അപരാധശരങ്ങൾ മുറിവേൽപ്പിച്ച മനസ്സുമായി അയാൾ പുനർജ്ജനി നൂളുക ആണ്. ചെയ്തുകൂട്ടിയ തെറ്റുകൾ മനസ്സിനെ കുത്തി വേദനിപ്പിക്കുന്ന ഈ വേളയിൽ

എഴുതുവാൻ ആയി മനസ്സിൽ വാക്കുകൾ അലതല്ലുന്നുണ്ടേലും ചെയ്തുപോയ അപരാധത്തിന്റെ കുറ്റബോധം മനസ്സിനെ പിടിച്ചുലയ്ക്കുമ്പോൾ വാക്കുകൾ ഒരു മാന്ത്രികനെപ്പോലെ അപ്രത്യക്ഷമാകുന്നു. ഹൃദയം വിങ്ങുക ആണ്. വേണം എന്നു കരുതി ചെയ്തതായിരുന്നില്ല.

പക്ഷേ, സമയദോഷം ആകാം... ഗുളികൻ നാക്കിൽ വിളയാടുക എന്ന പഴമൊഴിയെ അന്വർത്ഥം ആക്കി തന്റെ ആത്മാവിനെക്കാൾ താൻ കൂടെ കൂട്ടിയ അവളെ കുരിശിൽ

തറച്ചപ്പോൾ അവളുടെ മനസ്സിന്റെ വേദന മനസ്സിലാക്കാതെ പ്രതികരിച്ചപ്പോൾ ഓർത്തില്ല ഒരിക്കലും. പശ്ചാത്താപം അലകടൽ ആയി ആർത്തിരമ്പി തുടങ്ങിയപ്പോഴേക്കും അവൾ മാനസികമായി അകന്നിരുന്നു. കുറഞ്ഞ കാലത്തെ സൗഹൃദം മാത്രമെ ഉണ്ടായിരുന്നു എങ്കിലും ഒരു ജന്മം അനുഭവിച്ചു തീർത്താൽ തീരാത്ത സന്തോഷവും, ഒരുപാടിഷ്ടങ്ങളും, എന്നും മനസ്സിൽ താലോലിക്കുവാൻ പര്യാപ്തമായ നിമിഷങ്ങളും സമ്മാനിച്ചിരുന്നു അവൾ.

ഒരു നിമിഷത്തിന്റെ അവിവേകത്തിൽ ചവിട്ടി അരച്ചുകളഞ്ഞത് ഒരു സ്വർഗം ആയിരുന്നു. തിരികെ ലഭിക്കില്ല ഇനി ഒന്നും... എന്നു മനസ്സിനെ വിശ്വസിപ്പിക്കാൻ വൃഥാ ശ്രമിക്കുക ആണ്. മറക്കാൻ ശ്രമിക്കുംതോറും ഓർമ്മകൾ അലയടിക്കുക ആണ്. ഹൃദയം നുറുങ്ങി പോകുന്ന വേദന കടിച്ചമർത്തി ഇനിയുള്ള കാലം ആരോടും പരിഭവം ഇല്ലാതെ ജീവിച്ചു തീർക്കണം. തലേദിവസം കൂടെ നിസ്സാരകാര്യത്തിന് ശുണ്ഠി കാണിച്ചപ്പോൾ വയ്യാതെ ഇരിക്കുന്ന എന്നെ നന്നായി അറിയുന്ന നിങ്ങൾ തന്നെ വേദനിപ്പിക്കണം എന്നു അവൾ പറഞ്ഞിരുന്നു. എന്റെ അതിരുവിട്ട ദേഷ്യവും കുസൃതിത്തരവും മനസ്സിനെ ബാധിച്ചു കളയുന്ന വാക്ക് പ്രയോഗങ്ങളും പലകുറി അവൾക്കു ഏറ്റു വാങ്ങേണ്ടി വന്നെങ്കിലും പ്രതികരിക്കാതെ സഹനത്തിന്റെ ആൾ രൂപം ആയി എന്നെ ചേർത്തു പിടിച്ചവൾ ആയിരുന്നു അവൾ. എനിക്കു എന്നോ നഷ്ടമായ ഉണർവും ഉന്മേഷവും ഊർജ്ജ സ്വലതയും പകർന്നു മുൻപേ കൈപിടിച്ച് നടത്തിയവൾ.

ഒരൊറ്റ നിമിഷത്തിന്റെ അവിവേകം എല്ലാം തകർത്ത ഈ വേളയിൽ വിറയാർന്ന കാലടി പാദങ്ങളോടെ ജീവിത യാത്ര ഇനി ഒറ്റയ്ക്ക് ആണ് എന്ന ബോധം പിടിച്ചു ഉലക്കുന്നു.

വാ...വിട്ട വാക്ക് കൈവിട്ട ആയുധം തിരിച്ചെടുക്കാൻ കഴിയില്ല ഒരിക്കലും. തെറ്റുകൾ എന്റേതു മാത്രം ആണ്. എന്റെ കൂടപിറപ്പു ആയ ദേഷ്യം.

അനുഭവം ആണ് ഏറ്റവും വലിയ ഗുരു. കുറഞ്ഞ കാലംകൊണ്ട് ഒരുപാട് വലിയ കാര്യങ്ങൾ ആ ഗുരുനാഥൻ പഠിപ്പിച്ചു. ചെയ്തു പോയ തെറ്റു കുറ്റങ്ങൾക്ക് എന്തു പ്രായശ്ചിത്തം ചെയ്യണം എന്നു നിശ്ചയം ഇല്ല. മനസ്സു കൊണ്ടു ഒരായിരം വട്ടം " മാപ്പ് " അപേക്ഷിക്കുന്നു.

വിചാരത്തെക്കാൾ വിവേകത്തിന് ആണ് പ്രാധാന്യം. വിവേകം കൂടാതെ ചെയ്യുന്ന ഓരോ പ്രവൃത്തികളും തീരാ ദുഃഖം സമ്മാനിച്ചു കൊണ്ടു ജീവിത യാത്രയിൽ കൂടെ കാണും.

എന്റെ പുനർജ്ജനി നൂഴൽ നിർബാധം തുടരണം ഞാൻ ചെയ്തു കൂട്ടിയ പാപക്കറകൾ അലിഞ്ഞു ഇല്ലാതെ ആകുംവരെ. വേദനിപ്പിച്ച മനസ്സിനോട് കൈകൂപ്പി ഒരപേക്ഷ മാത്രം " ഹൃദയംകൊണ്ടു ക്ഷമ ചോദിക്കുന്നു "സ്നേഹിച്ചില്ലേലും വെറുക്കാതെ ഇരിക്കുക. ഞാൻ യാത്ര തുടരട്ടെ. ലക്ഷ്യ ബോധം ഇല്ലാതെ. വഴിവക്കിൽ തളർന്നു വീണു ഒടുങ്ങും വരെ. ചെയ്തു കൂട്ടിയ തെറ്റുകൾക്ക് പരിഹാരം അതെ ഉള്ളൂ.

നല്ല സൗഹൃദങ്ങൾ കൈവിട്ടു പോകുമ്പോഴാണ് വില മനസ്സിലാകുന്നത്.

മനുഷ്യനെ മനസ്സിലാക്കി മുന്നേറിയാൽ പണം വിലമതിക്കാൻ പറ്റാത്ത ഒന്നായിമാറും!

****

5

ഒഴിഞ്ഞ വയറുമായി
അവർ യാത്രയായി

റുക്കു പതിവുപോലെ ആക്രി പെറുക്കാൻ നഗരത്തിലെ കൃഷ്ണ ഫ്ലാറ്റിലെ D 3 വീട്ടിലെത്തി. സെൽവൻ ആണ് D3 യിലെ താമസക്കാരൻ. ആരോടും സംസാരിക്കാറില്ല സെൽവനും ഭാര്യ കുസുമവും. അവർ അവിടെ വന്ന് താമസമായിട്ട് ഏകദേശം മൂന്ന് മാസമെ ആകുന്നുള്ളൂ. സെൽവന്റെ ഭാര്യ കുസുമം ഡിജിറ്റൽ മാർക്കറ്റിംഗ് നടത്തുന്നു. ഇവരുടെ രണ്ടു മക്കൾ ഈയിടെ മരണപ്പെട്ടു എന്നാണ് എല്ലാവരുടെയും പറഞ്ഞിരിക്കുന്നത് അതിൻ്റെ ദുഃഖം താങ്ങാനാവാതെ മറ്റുള്ളവരോട് സംസാരിക്കാതെ അവരുടെ ഫ്ലാറ്റിൽ ഒതുങ്ങിക്കൂടുന്നത്. റുക്കു ബെല്ലടിച്ചപ്പോൾ കാണുന്നത് വിഷമം കൊണ്ട് കരഞ്ഞാണ് കുസുമം വാതിൽ തുറന്നത്. മക്കളുടെ ഡ്രസ്സ് എടുത്ത് കത്തിച്ചുകളഞ്ഞു. ഇനിയുള്ളത് ഈ പുസ്തകങ്ങളാണ് അത് നിങ്ങൾക്ക് തരുന്നു എന്നു പറഞ്ഞ് കരഞ്ഞു... കരഞ്ഞു.... തറയിലിരുന്നു. റുക്കു അവരെ ആശ്വസിപ്പിച്ചിട്ട് അവിടെ നിന്നിറങ്ങി.

റുക്കു തനിക്ക് കിട്ടിയ നോട്ട് പുസ്തകങ്ങളും, പഴയ പത്രങ്ങളും എല്ലാം ആയി സന്തോഷിൻ്റെ ആക്രി കടയിലേക്ക് പോയി. പുസ്തകങ്ങളും, നോട്ടുബുക്കുകളും, പത്രങ്ങളും

തരംതിരിക്കുന്നനിടയിൽ "എൻറെ ലോകം" എന്ന് എഴുതിയ ചിത്രങ്ങളോട് കൂടിയ കുഞ്ഞു നോട്ടുബുക്ക് റുക്കുവിൻറെ ശ്രദ്ധയിൽപ്പെട്ടത്. വേഗം ആ പുസ്തകം എടുത്തു മറിച്ചു നോക്കി... മറിച്ചു നോക്കിയപ്പോൾ നല്ല മണം .... റുക്കു അറിയാതെ ആ പുസ്തകം ഒന്നു മണത്തു പോയി. രാവിലെ വരുന്ന ദിനപത്രവും, പുതു പുസ്തകവും മണത്തു നോക്കുന്നത് ഒരു ഹരമായിരുന്നു.

എൻറെ ലോകം എന്ന ആ കുഞ്ഞു പുസ്തകം റുക്കു എടുത്തു മണത്തു നോക്കിയതും ബോധരഹിതയായി നിലം പതിച്ചു.

റുക്കു പിന്നീട് കണ്ണുതുറന്നത് ജില്ലാ ആശുപത്രിയിലാണ്. ഡോക്ടർമാർ ചോദിച്ചു നിങ്ങളെന്തിനാണ് സ്വയം മരിക്കാൻ വേണ്ടി നടക്കുന്നത്. റുക്കുവിന് കാര്യം പിടുത്തം കിട്ടിയില്ല. എന്താണ് സംഭവിക്കുന്നത്? എന്ന് ചുറ്റും നോക്കി... സന്തോഷ് അരികിൽനിന്ന് റുക്കു വിനോട് ചോദിച്ചു നിങ്ങൾക്ക് മരിക്കണമെങ്കിൽ സ്വന്തം വീട്ടിൽ പോയി മരിച്ചു കൂടെ എന്തിനാ എൻറെ കട തന്നെ മരിക്കാൻ വേണ്ടി തിരഞ്ഞെടുത്തത്.

ഞാൻ എങ്ങനെയെങ്കിലും ജീവിച്ചു പൊക്കോട്ടെ സന്തോഷ് കൈകൾ കൂപ്പി കൊണ്ട് റുക്കുവിനോട് പറഞ്ഞു.

റുക്കു കണ്ണുകൾ തിരുമ്മി കൊണ്ട് ചോദിച്ചു

എന്താ സംഭവം!

ഞാൻ മരിക്കാൻ ശ്രമിച്ചിട്ടില്ല എനിക്ക് വേറെ പണിയില്ല മരിക്കാൻ. ഈ ലോകത്തിൽ വന്നു ജനിച്ചു ധീരമായി ജീവിക്കണം... ധീരമായി മരിക്കണം അതാണ് എൻറെ പ്രമാണം.

ഞാൻ കൊണ്ടുവന്ന പുസ്തകത്തിലെ ഒരു കുഞ്ഞു പുസ്തകം "എൻറെ ലോകം" എടുത്തു മണത്തു നോക്കിയപ്പോഴാണ് ഞാൻ തല കറങ്ങി വീണത് എന്ന്

പറഞ്ഞു. സന്തോഷിന് എന്തോ ഒരു സംശയം മനസ്സിൽ നിഴലിച്ചു.

റുക്കുവിനെ മരുമകളോട് നോക്കാൻ പറഞ്ഞേൽപ്പിച്ചിട്ട് ആശുപത്രിയിൽ നിന്നിറങ്ങിയ സന്തോഷ് നേരെ ചെന്ന് "എന്റെ ലോകം" എന്ന കുഞ്ഞു പുസ്തകമെടുത്ത് മറിച്ചുനോക്കി ഒരുപാട് ചിത്രങ്ങൾ അടങ്ങിയ ഒരു കുഞ്ഞു പുസ്തകം.

പുസ്തകത്തിനു സുഗന്ധവുമുണ്ട് പറഞ്ഞതനുസരിച്ച് സന്തോഷ് മണത്തു നോക്കാൻ ശ്രമിച്ചില്ല. പുസ്തകത്തിൻറെ ഓരോ പേജുകളും ശ്രദ്ധയോടെയാണ് മറിച്ചു നോക്കിയത്.

സന്തോഷ് ആദ്യത്തെ പേജ് മുതൽ വായിക്കാൻ ആരംഭിച്ചു.. എൻറെ മധുര അമ്മ മരിച്ചു. അമ്മയില്ലാത്ത രണ്ടു കുഞ്ഞുങ്ങളെ നോക്കാൻ വേണ്ടി അച്ഛരൻ ഒരുപാട് കഷ്ടപ്പെടുന്നുണ്ട് രാപ്പകൽ അധ്വാനിച്ചു വരുന്നു, വൈകുന്നേരം വീടുപണി. ഇതെല്ലാം കണ്ടുകൊണ്ടാണ് ഞാനും എൻറെ അനിയൻ ചീനുവും ദിവസങ്ങൾ തള്ളിനീക്കിയത്. ഒരു ദിവസം രാവിലെ അച്ഛരൻറെ കൂടെ സുന്ദരിയായ ഒരു യുവതിയും വീട്ടിലെത്തി. കുറച്ചു ദിവസങ്ങൾ സന്തോഷത്തിൻറെ നാളുകളായിരുന്നു. പതിയെ പതിയെ രണ്ടാനമ്മയുടെ സ്വഭാവങ്ങൾ മാറാൻ തുടങ്ങി.

ചെറിയ ചെറിയ കുറുമ്പുകൾക്ക് വലിയ ശിക്ഷണ നടപടികൾ... ചട്ടുകം പൊള്ളിച്ച് കൈകാലുകളിൽ വയ്ക്കുക... തുടങ്ങിയ വലിയ വലിയ ശിക്ഷകൾ ആയിരുന്നു ഞങ്ങളുടെ മുന്നിൽ വന്നത്.

ആദ്യം ഭക്ഷണം ലഭിക്കാതെയായി. പിന്നെ പിന്നെ എപ്പോഴും വീട്ടുപണികൾ മാത്രം. ഞങ്ങളുടെ കുഞ്ഞു കൈകൾ വേദനിക്കുന്നത് പോലും ആരും ശ്രദ്ധിക്കാതെയായി. ജോലി കഴിഞ്ഞു വരുന്ന അച്ഛരൻ ഞങ്ങളെ ശ്രദ്ധിക്കുന്നതേയില്ല. ജോലി കഴിഞ്ഞു വന്ന അച്ഛരൻ

കിടന്നുറങ്ങും. രാവിലെ ഉണർന്നാൽ അച്ഛൻ രണ്ടാനമ്മയുമായി സംസാരവും, കളിയും, ചിരിയും ഞാനും എന്റെ അനിയനും വിശന്ന് വിശന്ന് ആ വീട്ടിൽ കഴിഞ്ഞുകൂടി.

സ്കൂളിലേക്ക് പോകുമ്പോൾ ഒരു കഷ്ണം ബ്രഡ്. ഉച്ച ഭക്ഷണമായി തരുന്നത് പഴകിയ ചോറും, കറികളും... വൈകുന്നേരം ഒരു ഗ്ലാസ് പച്ചവെള്ളം. ആരോടും ഒന്നും പറയാൻ പറ്റാത്ത അവസ്ഥ. എന്റെ അനിയൻ വൈകുന്നേരം ബാത്റൂമിൽ നിന്ന് വെള്ളം വയറുനിറയെ വെള്ളം കുടിക്കും. ഓരോ ദിവസം കഴിയുംതോറും ഞങ്ങൾക്ക് ഞങ്ങളുടെ കുഞ്ഞു കാലുകൾ മുന്നോട്ടു വയ്ക്കാൻ ശക്തി ഇല്ലാതായി.

മറ്റു കുട്ടികളോട് സംസാരിക്കാൻ പാടില്ല, കളിക്കാൻ പാടില്ല ഒരുപാട് നിബന്ധനകൾ. വൈകുന്നേരം പഠിക്കാൻ വേണ്ടി പുസ്തകം തുറന്നാൽ ചുമച്ചു ചുമച്ചു... അവശരാകും.

അധ്യാപകർ ആരും തന്നെ ഞങ്ങൾ ഭക്ഷണം കഴിച്ചോ ? നിങ്ങൾക്ക് സുഖമാണോ? എന്ന് ചോദിക്കാറില്ല. എപ്പോഴും എന്തുകൊണ്ട് നിങ്ങൾ പഠിച്ചില്ല എന്നുള്ള ശകാരവാക്കുകൾ മാത്രം.

പരീക്ഷയിൽ മാർക്ക് കുറഞ്ഞതിനു എനിക്കും അനിയനും അച്ഛനിൽ നിന്ന് ഒരുപാട് അടികിട്ടി. അച്ഛൻ ഉള്ള ദിവസങ്ങളിൽ മാത്രമാണ് ഞങ്ങൾക്ക് ആഹാരം കിട്ടിയിരുന്നത്. ഭക്ഷണം കഴിക്കാത്തതിൽ ഭക്ഷണം കഴിയ്ക്കാൻ തുടങ്ങുമ്പോൾ തന്നെ ഛർദിയും.

ആരും ഞങ്ങളെ ശ്രദ്ധിച്ചിരുന്നില്ല എന്നതാണു സത്യം. ഇതിനിടയിൽ ഞങ്ങൾക്ക് പനി , ഛർദ്ദി ,വയറിളക്കം വന്നു. അച്ഛനും അമ്മയും ഞങ്ങളെ തിരിഞ്ഞ് നോക്കുകപോലും ചെയ്തില്ല.

ആ മുറിക്കുള്ളിൽ ഇട്ട് പൂട്ടി ഞങ്ങൾ എങ്ങനെ ദിവസങ്ങൾ തള്ളിനീക്കി. അവസാനം ഞങ്ങൾ ഈ ലോകത്തിനോട് തന്നെ

എന്നെ വിട പറഞ്ഞു പോയാൽ മതിയെന്ന് പ്രാർത്ഥിക്കാൻ തുടങ്ങി... എന്ന് ചന്തു! ആ വരിയിലൂടെ പുസ്തകത്തിലെ വരികൾ നിലച്ചു....

പുസ്തകം വായിച്ചു തീർന്നതും സന്തോഷ് സെൽവൻ്റെ ഫ്ലാറ്റിലേക്ക് ചെന്നു ഹോളിങ് ബെല്ലടിച്ചു... വാതിൽ തുറന്നത് സെൽവനായിരുന്നു... സന്തോഷ് സ്വയം പരിചയപ്പെടുത്തിക്കൊണ്ട് സംസാരിച്ചു തുടങ്ങി... നിങ്ങളുടെ മക്കളെ എങ്ങനെയാണ് മരിച്ചത്?

ഭാര്യയുടെ ആങ്ങള ദുബൈയിൽനിന്ന് വീട്ടിൽ വന്ന് അവരെ നോക്കിയപ്പോൾ കിടക്കയിൽ മക്കൾ കെട്ടി പിടിച്ച് മരിച്ച് കിടക്കുന്നു. രണ്ടു ദിവസമായി അവർക്ക് നല്ല പനി ഉണ്ടായിരുന്നു. പോസ്റ്റ്മോർട്ടം റിപ്പോർട്ടിൽ പനി കൂടി തലയ്ക്ക് അടിച്ചാണ് അവർ മരിച്ചതെന്നാണ്. സെൽവൻ്റെ വാക്കുകൾ വിശ്വസിച്ചപോലെ സന്തോഷ് അവിടെനിന്നും ഇറങ്ങി. അടുത്തുള്ള പോലീസ് സ്റ്റേഷനിൽ പോയി പരാതിയും കൊടുത്തു. കുഞ്ഞിൻ്റെ

എൻ്റെ ലോകം എന്ന പുസ്തകം ഫോറൻസിക് പരിശോധനയ്ക്കായി പോലീസുകാർ അയച്ചു ഫോറൻസിക് റിപ്പോർട്ട് വന്നു പുസ്തകത്തിൽ നിറയെ വിഷാംശം നിറഞ്ഞ പൊടിയായിരുന്നു. ആ പൊടി മനപ്പൂർവ്വം കുഞ്ഞുങ്ങളുടെ പുസ്തകങ്ങളിൽ തൂങ്ങിത് രണ്ടാനമ്മയാണ്. രഹസ്യമായി പോലീസ് എല്ലാം അന്വേഷിച്ച് അറിഞ്ഞതിനുശേഷം സെൽവൻ്റെ ഫ്ലാറ്റിലേക്ക് പോവുകയും കുസുമത്തെ അറസ്റ്റ് ചെയ്യുകയും ചെയ്തു.

അധ്യാപകർ കുഞ്ഞുങ്ങളുടെ മനസ്സിലേ ക്ക് ഇറങ്ങി ചെന്നിരുന്നെങ്കിൽ ചന്തുവും, ചീനുവും ഒഴിഞ്ഞ വയറുമായി യാത്രയാവു കയില്ലായിരുന്നു.

റാങ്കിനും, മാർക്കിനും വേണ്ടി മാത്രം കുഞ്ഞുങ്ങളെ പഠിപ്പിക്കാതെ... അവരിലേ ക്ക് ഇറങ്ങി ചെന്ന് അധ്യാപനം

നടത്തുകയാണു വേണ്ടത്.

****

6

മിറ

സൂര്യൻ്റെ ചൂടിൽ തിളങ്ങി പൂർണ്ണ ഗർഭിണിയായ മിറ ദുഃഖത്തിലാണ് മിറാ ഗ്രാമത്തിലേക്ക് നടന്നു നീങ്ങുന്നത്.

ഭർത്താവ് വിവാഹം കഴിഞ്ഞ അന്നു മുതൽ ജയിലിലാണ്... കഠിന തടവാണ്...

വിവാഹ പന്തലിൽ നിന്ന് ദേശ ദ്രോഹ കുറ്റത്തിന് പിടിച്ച് കൊണ്ട് പോയി ജയിലിട്ടതാണ് ഇതുവരെ പരോളുപോലും കിട്ടിയിട്ടില്ല.

മിറ യുടെ മനസ്സിൽ മൻസ്സാദിനെക്കുറിച്ചുള്ള ഓർമകൾ മിന്നിതിളങ്ങി... വിവാഹ നാളിൽ അദ്ദേഹം കുറിച്ച ഫെയ്സ് ബുക്ക് ലൈെയ് വിലെ വരികൾ വിരുദ്ധ പ്രയോഗമായിരുന്നു എന്ന തർക്കത്തിലായിരുന്നു അറസ്റ്റ്. പിന്നീടങ്ങോട്ട് ഇരുണ്ട നാളുകളായിരുന്നു എൻ്റെ ജീവിതത്തിൽ ... കരഞ്ഞു കലങ്ങിയ കണ്ണുമായി ജയിലിലെയ്ക്ക് അവൾ നടന്നു നീങ്ങി.

ജയിലിലെത്തി മൻസ്സാദിനെ കണ്ടു ... പരസ്പരം സംസാരിക്കാൻ പറ്റിയില്ല ... കാരണം അദ്ദേഹം എൻ്റെ വയറായിരുന്നു ശ്രദ്ധിച്ചത്!

മൻസ്സാദിൻ്റെ കുടുംബത്തിൽ ആർക്കും കുഞ്ഞുങ്ങളില്ല... ഞാൻ മാത്രമാണ് ഗർഭിണി ... എൻ്റെ കുഞ്ഞാണ് അടുത്ത തലമുറയും ... അടുത്ത ഗ്രാമവാസിയും!

അവൾ തിരികെ പോരുവാൻ നേരം അവന് ഒരു കടലാസു തുണ്ട് കൊടുത്തു. കടലാസ് കിട്ടിയപാടെ അവൻ തുറന്നു നോക്കി... ഇനി ഞാൻ കുഞ്ഞിനെ കൊണ്ട് വരാം. എന്നായിരുന്നു എഴുതിയിരുന്നത്.

മൻസ്താദ് അതു വായിച്ച് കരഞ്ഞ് കരഞ്ഞ് ചിരിച്ചു കൊണ്ട് തടവറയിലേക്ക് പോയി.

മിറ തൻ്റെ കുഞ്ഞിനെ കാണാനുള്ള പൂതിയിൽ മുന്നോട്ട് ആഞ്ഞു നടന്നു.

വിവാഹം കഴിഞ്ഞ് അഞ്ചു വർഷങ്ങളായി ... ഇതു വരെ അദ്ദേഹത്തിന് പരോളുപോലും കിട്ടിയിട്ടില്ല ... കുഞ്ഞുങ്ങളുടെ കളി ചിരിയില്ലാതെ, വീട്ടു ചുമരിലിലും ,മതിലുകളിലും കുഞ്ഞു രചനകളില്ലാതെ ... വരണ്ടുണങ്ങി മിഠാ ഗ്രാമവും I ഹൃദയവും !

മഞ്ഞപിത്തം പിടിപെട്ട സമയത്ത് അദ്ദേഹത്തിന് സ്ഥിരമായി കൊണ്ടുവന്ന ഒറ്റമൂലിക്കുപ്പിക്കകത്ത് മൻസ്താദ് തന്ന സ്ഖലന ശുക്ലത്തിലൂടെയാണ് അവൾ ഗർഭം ധരിച്ചത്.

ഒരു കുഞ്ഞിനു വേണ്ടിയുള്ള തീരാദാഹം... മിറയുടെ പ്രസവത്തോടെ ശമനമാകും!

മിറ സന്ധ്യയാകാറായപ്പോഴെയ്ക്കും ... വീട്ടിലെത്തി ... ദേഹശുദ്ധി വരുത്തി കിടന്നതു മാത്രമെ ഓർമയുള്ളൂ... പ്രസവവേദന കൊണ്ട് കരയാൻ തുടങ്ങി.... ഗ്രാമവാസികൾ പ്രസവവേദന കേട്ട് അവളോടൊപ്പം ഇരുന്ന് കരഞ്ഞു... കുഞ്ഞിൻ്റെ കേട്ടതും... എല്ലാവരും പ്രാർത്ഥന നിർത്തി ദൈവത്തിനോട് നന്ദി പറഞ്ഞു.

നല്ല ഓമനത്തമുള്ള പെൺകുഞ്ഞിനെ തന്ന ദൈവത്തിനെ മഹത്വപ്പെടുത്തി കൊണ്ട് എല്ലാവരും അവരവരുടെ വീട്ടിലേക്ക് പിരിഞ്ഞു പോയി.

പാതിരാത്രിയിൽ കുഞ്ഞുക്കരഞ്ഞതും ... ആ ഗ്രാമം മുഴുവൻ എഴുന്നേറ്റിരുന്നു. കുഞ്ഞുറങ്ങിയാലെ

ഗ്രാമവാസികൾ ഉറങ്ങൂ എന്നായി !

****

7

നെടുവീർപ്പു

സ്വയം ആശ്വാസം കണ്ടെത്തുവാൻ സഹായകമാകുന്ന ഉപാദികുന്ന നെടുവീർപ്പുകൾക്ക് സഹനത്തിന്റെയും ദുഃഖത്തിന്റെയും തേങ്ങലുകളുടെയും ഒരുപാട് ഒരുപാട് വിശേഷങ്ങൾ പറയുവാൻ ഉണ്ടാകും.

ഉമ്മറ കോലായിലെ പെയിന്റ് ഇളകി തുരുമ്പു പിടിച്ച കറ കറ ശബ്ദം പുറപ്പെടുവിക്കുന്ന പഴയ ഇരുമ്പ് കട്ടിലിൽ കിടന്നു നെടുവീർപ്പ് ഉതിർത്തു കൊണ്ടു രാമു അത് തിരിച്ചറിയുക ആയിരുന്നു.

അന്നേക്ക് മൂന്നാം ദിവസമായി പണിക്ക് പോയിട്ട്.

തൊഴിൽ മേഖലയിലെ കൂലി തർക്കം കാരണം തൊഴിലാളി സംഘടനകൾ പ്രഖ്യാപിച്ച പണിമുടക്ക് കാരണം ജോലിക്ക് ഹാജരാകാൻ യാതൊരു നിർവാഹവും ഇല്ലാത്ത അവസ്ഥ.

തൊഴിലാളി നേതാക്കന്മാർ പണിമുടക്ക് പ്രഖ്യാപിച്ചു വീട്ടിൽ സുഭിക്ഷമായി ഭക്ഷണവും കഴിച്ചു വിശ്രമിക്കുമ്പോൾ തന്നെ പോലെ അന്നന്നത്തെ അഷ്ടിക്കുള്ള വക കണ്ടെത്താൻ പാടു പെടുന്നവരെ കുറിച്ച് ആരും ചിന്തിക്കാറില്ല എന്നു രാമു വ്യസനത്തോടെ ഓർത്തു.

ഓർമ്മകളുടെ ശേഷിപ്പുകൾ ആയിരുന്നു നെടുവീർപ്പ് മായി ശാന്തമായ അന്തരീക്ഷത്തെ പിടിച്ചു കുലുക്കി കടന്നു

പോയത്.

ആകെ ഉള്ള ഒരാശ്വാസം പണം ഇല്ലേലും പറ്റായി വീട്ടാശ്യത്തിനുള്ള സാധനങ്ങൾ തന്നു സഹായിക്കാൻ ലണ്ടൻ കുമാരൻ എന്നു നാട്ടുകാർ ഓമനത്തത്തോടെ വിളിക്കുന്ന കുമാരേട്ടൻ ഉണ്ട് എന്നുള്ളതാണ്. ജോലിക്കായി ആ പ്രദേശത്ത് എത്തി ചേർന്നിട്ടു ഇന്നേക്ക് 3 മാസം തികയുക ആണ്. വന്ന അന്ന് മുതൽ തുടങ്ങിയ ബന്ധംആണ് കുമാരേട്ടനും ആയി. ഉപ്പു തൊട്ടു കർപ്പൂരം വരെ ലഭിക്കുന്ന ആ കുഗ്രാമത്തിലെ മിനി സൂപ്പർ മാർക്കറ്റ് ആയിരുന്നു കുമാരേട്ടന്റെ കട.

കട തുറക്കുന്ന സമയം മുതൽ ഷട്ടർ ഇടുന്ന സമയം വരെ ഇട തടവില്ലാതെ ആളുകൾ കയറി ഇറങ്ങുന്ന ഇടമായിരുന്നു അത്. സന്ധ്യാ നേരങ്ങളിൽ അവിടെ ചർച്ചക്ക് എടുക്കാത്ത വിഷയങ്ങൾ ഇല്ല.

കുടുംബ പ്രാരാബ്ധങ്ങൾ ഇടവേളകൾ ഇല്ലാതെ പ്രദർശനം തുടങ്ങിയപ്പോൾ ആണ് രാമു തന്റെ സുഹൃത്ത് വഴി കുറെ കൂടെ മെച്ചമുള്ള ഉപജീവനം തേടി അവിടെ എത്തിയത്. നല്ല രീതിയിൽ പോയിരുന്ന കാര്യങ്ങൾ തൊഴിൽ സമരം നിമിത്തം പെട്ടന്ന് ആയിരുന്നു തകിടം മറഞ്ഞത്. വീട്ടിൽ അസുഖ ബാധിതനായി കിടപ്പിലായ അച്ഛന്റെ സ്ഥിതി ഓർക്കുമ്പോൾ ആണ് രാമുവിന് അടക്കാൻ വയ്യാത്ത ദുഃഖം അണപൊട്ടുക. ദിനം പ്രതി നല്ലൊരു തുക അച്ഛന്റെ ചികിത്സക്കായി വേണം. ആകെ കൂടെ ചിന്തിച്ചു ദീർഘമായി നെടുവീർപ്പ് ഉതിർത്തു കൊണ്ടു രാമു ഉറക്കമില്ലാതെ രാവും തള്ളി നീക്കി.

പങ്കു വെക്കുവാൻ സങ്കടങ്ങൾ ഏറെ ഉണ്ടേലും പങ്കിടുവാൻ പങ്കാളികൾ ഇല്ലാതെ വരുമ്പോൾ മനസ്സു എന്ന മാന്ത്രികൻ സ്വീകരിക്കുന്ന മായാ ജാലം ആയി നെടുവീർപ്പുകൾ മുഴങ്ങുക ആണ്. . .ആ മുഴക്കത്തിന്റെ

തീക്ഷ്ണത മനോഹരമായി പകർത പെടുമ്പോൾ... എഴുതി തീർക്കാൻ കഴിയാത്ത അത്രയും കഥനങ്ങളുടെ കലാമേളകൾ കൊടിയേറ്റം നടത്തിയിരിക്കും. കൊടിയേറിയ ഉത്സവ ചടങ്ങിന് മാറ്റ് കൂട്ടി കൊണ്ടു രാമുവിനെ പോലുള്ള ഹത ഭാഗ്യർ ഈ ലോകത്തിന്റെ നാനാ തുറകളിലും സീറ്റ് റിസേർവ് ചെയ്തു അവസരം കാത്തു നിൽപ്പുണ്ടാകും. നെടുവീർപ്പുകൾ കൊണ്ടു വീർപ്പു മുട്ടിയ ഹൃദയങ്ങളും ആയി.

ആഗ്രഹങ്ങൾ ആകാശനീലിമയിൽ പാറി കളിക്കുമ്പോഴും ശാരീരികമായി അനങ്ങാൻ കഴിയാതെ നിളയുടെ തീരത്തെ കന്മദമായി തീരുന്ന മനുഷ്യായുസ്സ്!

8

ചുവന്ന ദിനങ്ങൾ

അമ്മൂമ്മ കഥ പറയാൻ തുടങ്ങി ... അങ്ങ് അകലെ ... ദൂരത്ത്
....

ദേവലോകത്തെ സുന്ദരിമാരാണ് അപ്സരസ്സുകൾ ,ഒരിക്കലും വൃദ്ധയാകാത്തവൾ. അപ്സരസ്സുകളുടെ ഭർത്താവ് ആയി അറിയപ്പെടുന്ന ദേവതകളാണ് ഗന്ധർവ്വന്മാർ. അപ്സരസ്സുകൾ ഗന്ധർവ സ്ത്രീകൾ എന്നും അറിയപ്പെടുന്നു .ദേവേന്ദ്ര സദസ്സായ സ്വർഗ്ഗത്തിലെ പാട്ടുകാരായി ഗന്ധവ്വർമ്മാരെ അറിയപ്പെടുപ്പോൾ അപ്സരസ്സുകൾ സദസ്സിലെ നർത്തകിമാരായും പറയപ്പെടുന്നു. മനുഷ്യന് നഗ്നനേത്രങ്ങളാൽ കാണാനാവാത്ത (ചില സമയങ്ങളിൽ ഒഴികെ) ഇവർക്ക് മനുഷ്യരെ അനുഗ്രഹിക്കാനും ശപിക്കുവാനുമുള്ള ശക്തിയോടുകൂടിയവരാണ്. 64 കലകളും വശത്താക്കിയ വിദ്വാൻമാരാണ് ഈ കൂട്ടർ. മഹാഭാരത കഥയിലെ അർജ്ജുനന് നാട്യശാസ്ത്രം പഠിപ്പിച്ചത് ഒരു ഗന്ധർവ്വനാണെന്ന് പറഞ്ഞിരിക്കുന്നു.

വളരെയധികം സൗന്ദര്യമുള്ള ശരീരത്തോടുകൂടിയ ഇവർ ആയോധന കലയിലും അതീവ നൈപുണ്യം നേടിയവരാണ്. സൗരഭ്യമുള്ള വസ്ത്രങ്ങൾ അണിയുന്ന ഇവർ ദേവേന്ദ്ര

സദസ്സിൽ സോമരസം(മദ്യം)നിർമ്മിക്കുകയും ദേവൻമ്മാർക്ക് പകർന്നുകൊടുക്കുകയും ചെയ്യുന്നവരായി പറയപ്പെടുന്നു .

അസമയത്ത് കുളിക്കുന്ന സ്ത്രികളിൽ ഗന്ധർവൻ പ്രവേശിക്കുന്ന പതിവുണ്ട്... അമ്മൂമ്മ കഥ പറഞ്ഞ് ഉണ്ണി മായയെ നോക്കിയപ്പോൾ മനസ്സിലായി കുഞ്ഞ് ഉറങ്ങിയിരിക്കുന്നു എന്ന്.

ഉണ്ണി മായ്ക്ക് ഉച്ചയ്ക്ക് രണ്ട് മണിക്ക് കുളത്തിൽ കുളിക്കുന്ന സ്വഭാവമുണ്ട് അമ്മൂമ്മയ്ക്ക് ഉള്ളിൽ ഭയമാണ് ,ഗന്ധർവ്വ ബാധ കയറുമോ ?എന്ന്.

ഋതുമതിയാകുന്ന സമയത്ത് കയറുന്ന ഗന്ധർവ്വൻ പിന്നെ ആർത്തവം നിലയ്ക്കുന്നതോടെയാണ് ആ സ്ത്രീയിൽ നിന്ന് പുറത്തിറങ്ങൂ!

ഗന്ധർവനു വേണ്ടിയാണ് പിന്നെ അവളുടെ സന്തോഷവും ,രതിയും,ഭാഗ്യവും !

ഗന്ധർവ്വൻറെ ഇഷ്ടത്തിനനുസരിച്ച് ചലിക്കുന്ന മാംസപിണ്ഡം.

സൗന്ദര്യത്താലും, ആകാര സൗഷ്ഠവത്താലും അനുഗൃഹീതരായ ഇവർ ഗഗന ചാരികളായി ഭൂമിക്ക് മുകളിലൂടെ സഞ്ചരിക്കാറുള്ളതായി പുരാണങ്ങൾ പറയുന്നു, എങ്കിലും ചില സമയങ്ങളിൽ ഭൂമിയിലെത്തുന്ന ഇവർ കുളിക്കുന്ന സ്ത്രികളിലാണ് ആകൃഷ്ടരായി ഭൂമിയിൽ തുടരുന്നത്.

സ്ത്രീയുടെ ആർത്തവ രക്തത്തിൻറെ നിറത്തിലൂടെ ഗന്ധർവ്വൻറെ സ്വഭാവം മനസ്സിലാക്കാം!

പക്ഷെ ഗന്ധർവ്വൻ ഉപേക്ഷിച്ച് പോകുന്ന സ്ത്രി പിന്നെ ഓജസ് നഷ്ടപ്പെട്ട മാംസം മാത്രമായി ജീവിച്ച് തീർക്കുന്നു.

അമ്മൂമ്മയുടെ ഇടനെഞ്ചിൽ മിന്നൽ പിണരുപോലെ പഴയകാല ഓർമകൾ വന്നു പോയി.

ഗന്ധർവ്വ ശാപമുള്ള തറവാടാണ് ,ഇവിടത്തെ പെൺ തരികൾക്ക് ആർത്തവം ഒരു തുള്ളിയാണ്... എന്ന് പറഞ്ഞ് ചിരിക്കുന്ന നാട്ടുകാരുമുണ്ട് നമുക്കിടയിൽ !

ഉണ്ണിമായ ഇതുവരെ വയസ്സറിയിച്ചിട്ടില്ല . മനസ്സ് നീറുകയാണ്.

സ്ത്രീ ആകുന്നമെങ്കിൽ ആർത്തവ ദിന ക്കളിലൂടെ കടന്നു പോകണം ,ചു വന്ന ഏഴുദിനങ്ങളുടെ നോവറിയണം.

സ്ത്രിയ്ക്ക് പ്രസവവേദനയുടെ നോമ്പനുഭവിക്കാൻ പ്രാപ്തയാക്കുന്ന ആർത്തവ നോവ്.

സ്ത്രീയുടെ അവകാശം!

അമ്മൂമ്മ ഓർമകളെ ഒതുക്കി പൂട്ടി വച്ച് നാമം ചൊല്ലി കിടന്നു.

പുലർചയ്ക്ക് കോഴി കൂവിയതും ,ഉണ്ണിമായയുടെ കരച്ചിൽ കേട്ടു !

അമ്മൂമ്മ ഉറക്കച്ചെടവോടെ എഴുനേറ്റ് ഉണ്ണിമായ കിടക്കുന്ന പായയുടെ നേരെ കണ്ണോടിച്ചു...പായ രക്തത്തിൽ കുളിച്ചിരിക്കുന്നു.

എന്തു സംഭവിച്ചെന്നറിയാതെ അവൾ കരയുന്നത് ,അമ്മൂമ്മ ഉറക്കെ വാല്യക്കാരി വേശുവിനെ വിളിച്ചു'.

ഉടനെ വേശു വന്ന് ഉണ്ണി മായയെ കൂട്ടികൊണ്ട് പോയി ,അമ്മൂമ്മ വേ ശുവിനെ നോക്കി ചിരിച്ച് കൈയിൽ കിടന്ന വള ഊരി വേശു നൽകി ... എന്റെ കുഞ്ഞ് സ്ത്രീയായി അതിന്റെ സന്തോഷത്തിന് എന്ന് പറഞ്ഞു.

വേശു വളവാങ്ങി കണ്ണിൽ വച്ച് വന്ദിച്ച് കൈയിലിട്ടു !

ഉണ്ണിമായയെ വേഗം തീണ്ടാ പുരയിലേക്ക് മാറ്റി!

ചുവന്ന രക്തം പുരണ്ട പായ വേഗം എടുത്ത് മാറ്റി മുറി തുടച്ച് ശുദ്ധി വരുത്തി !

ആഘോഷം ഹൃദയത്തിലും തറവാട്ടിലും പറന്നിറങ്ങി !

****

9

വാമൊഴി

അനന്തപുരിയുടെ ഹൃദയ മദ്ധ്യത്തിലുള്ള പട്ടണത്തിലെ പ്രശസ്തമായ കോളേജിൽ പുരാവസ്തു പഠനവുമായി ബന്ധപ്പെട്ട് എത്തി ചേർന്നപ്പോഴാണ്... യദുകൃഷ്ണന്റെ മനസ്സിൽ... തന്റെ ബാല്യകാലസ്മരണകൾ പതിയെ ചുരമാന്തി തുടങ്ങിയത്.

90 വയസ്സോളം പ്രായം ഉണ്ടായിരുന്ന, അച്ഛന്റെ മുത്തശ്ശി ആയിരുന്നു ബാല്യത്തിലെ യദുവിന്റെ പ്രധാന കളിത്തോഴി. അത്താഴം കഴിഞ്ഞു അവൻ നേരെ മുത്തശ്ശിയുടെ ചാരത്തെത്തും. വാത്സല്യത്തോടെ അവന്റെ നിറുകയിൽ ചുംബിച്ചു തന്റെ മാറോട് അണച്ചു മടിയിൽ ഇരുത്തി മുടിയിഴകളിലൂടെ വിരലോടിച്ചു കഥകൾ പറയുന്ന ആ നിമിഷം ഇന്നും ഇന്നലെ കഴിഞ്ഞപോലെ ഓർമയിൽ മിന്നിമറഞ്ഞു.

കോളേജ് ഹോസ്റ്റലിലെ ഇരുമ്പ് കട്ടിലിന്റെ മുറു മുറു ഞെരക്കത്തിൽ കിടക്കയിൽ തിരിഞ്ഞു മറിഞ്ഞു കിടക്കുമ്പോൾ അവന്റെ മനസ്സു നിറയെ മുത്തശ്ശി പറഞ്ഞ മാണിക്യ കല്ലിന്റെ കഥ ആയിരുന്നു.

"വാമൊഴി" യായി പകർന്നു കിട്ടിയ അറിവ് ആയിരുന്നു എങ്കിലും, അതിന്റെ നിജസ്ഥിതി അറിയാൻ അവന്റെ മനസ്സു

വെമ്പൽ കൊള്ളുകയായിരുന്നു.

തലമുറകൾക്കു മുമ്പ് തിരുവിതാംകൂർ രാജ ഭരണം നിലനിന്നിരുന്ന കാലത്ത് കൊട്ടാരത്തിലെ ഗുമസ്ത ജോലിക്കാരനായിരുന്നു യദുവിന്റെ പൂർവികർ.

ജോലിയിലെ ആത്മാർത്ഥത കണക്കിലെടുത്ത് അന്നത്തെ മഹാരാജാവ് കല്പിച്ചു കൊടുത്ത വിലമതിക്കാൻ കഴിയാത്ത മാണിക്യക്കല്ല്, സ്ഥാനപ്പേരും നൽകിയ ചെമ്പ് പട്ടയം ഇന്നും തന്റെ തറവാട്ടിലെ നിലവറയിൽ എവിടെയോ ഭദ്രമായി സൂക്ഷിക്കപ്പെട്ടിട്ടുണ്ട് എന്ന് മുത്തശ്ശി പറഞ്ഞത്.... മുത്തശ്ശിയുടെ കഥകളിലൂടെ അവൻ മനസ്സിലാക്കിയിട്ടുണ്ട്.

കാലം പുരോഗമിച്ചപ്പോൾ പൈതൃകസ്വത്തായി തറവാട് അതേപടി സംരക്ഷിച്ചു നിർത്തി കുടുംബക്കാർ എല്ലാവരും പുത്തൻ മേച്ചിൽ പുറങ്ങൾ തേടി പോയി.

പഴയ തറവാടുകളിൽ അവശേഷിക്കപ്പെടുന്ന അമൂല്യങ്ങളായ പുരാവസ്തുക്കളുടെ സാന്നിധ്യത്തെ പറ്റി ക്ലാസ്സിൽ പറയപ്പെട്ടപ്പോഴാണ് യദുവിന്റെ ചിന്തയിൽ തന്റെ തറവാടും അവിടെ സൂക്ഷിക്കപ്പെടുന്ന മാണിക്യവും ഓർമയിൽ എത്തിയതും.

ഓണം വെക്കേഷൻ സമയത്ത് വീട്ടിൽ പോകുവാൻ തീരുമാനിച്ചതുതന്നെ ആ അമൂല്യ പൂർവിക സ്വത്തിനെ പറ്റിയുള്ള നിഗൂഢത ചുരുളഴിക്കണം എന്ന ഉദ്ദേശത്തോടുകൂടെ ആണ്. തറവാട്ടിലെ മൂത്ത കാരണവരോട് പുരാവസ്തു സംബന്ധമായ പഠനാവശ്യത്തിനു വേണ്ടി തറവാട്ടിലെ ചില രേഖകൾ പരിശോധിക്കണം എന്നു പറഞ്ഞു താക്കോൽ സംഘടിപ്പിച്ചു യദു പതിയെ തറവാട്ടിലോട്ടു യാത്ര തിരിച്ചു. പട്ടണത്തിന്റെ തിരക്കുകളിൽനിന്നൊക്കെ ഒഴിഞ്ഞു തികച്ചും പ്രകൃതിരമണീയമായ അന്തരീക്ഷത്തിൽ തലയെടുപ്പോടെ എട്ടുകെട്ടിന്റെ പ്രൗഢി വിളിച്ചോതി വിളങ്ങി നിൽക്കുന്ന തന്റെ തറവാട്ടു മുറ്റത്തേക്കു കാലെടുത്തു വച്ചതും

യദുവിന്റെ ശരീരത്തിൽ കുളിരു കോരി... മുത്തശ്ശി പറഞ്ഞറിഞ്ഞ തറവാട്ടിലെ നിലവറ കാണാൻ യദുവിന്റെ മനസ്സു വെമ്പൽക്കൊണ്ടു.

പൂമുഖവാതിൽ തുറന്നു അകത്തു കയറി ഒരുവിധം നിലവറ തപ്പി കണ്ടുപിടിച്ചു പതിയെ നിലവറയുടെ വാതിൽ തുറന്നു. വല്ലപ്പോഴും മാത്രം തുറക്കുന്ന കാരണം വാതിൽ തുറക്കാൻ ഇത്തിരി ബലപ്രയോഗം വേണ്ടി വന്നു. കറ... കറ.... ശബ്ദം പുറപ്പെടുവിച്ചു വിജാഗിരികൾ പ്രതിഷേധം അറിയിച്ചു. ലൈറ്റ് തെളിയിച്ചു ശ്രദ്ധാപൂർവ്വം നിലവറയിലോട്ടുള്ള ഗോവണിപ്പടികൾ ഇറങ്ങി യദു ചുറ്റും കണ്ണോടിച്ചു. പൊടി പടലങ്ങളും മാറാലയും മൂടികിടക്കുന്ന പലതരം പാത്രങ്ങളും പുസ്തകക്കെട്ടുകളും മറ്റു പഴയ സാധനങ്ങളും ആയിരുന്നു നിറയെ.

ലൈറ്റ് തെളിയിച്ചു ശ്രദ്ധാ പൂർവ്വം ഓരോ മുക്കും മൂലയും യദു വീക്ഷിച്ചു. വടക്കു കിഴക്ക് മൂലയിൽ ചെറിയൊരു ക്ഷേത്ര മാതൃകയിൽ ഉള്ള ഒരു എടുപ്പും അതിൽ ദേവി വിഗ്രഹവും അവന്റെ ശ്രദ്ധയിൽ പെട്ടു. അതിൽ അടിഞ്ഞു കൂടിയ പൊടി പടലങ്ങൾ പതിയെ മാറ്റുമ്പോൾ ദേവി വിഗ്രഹത്തിന്റെ കാൽപാദത്തിന്റെ അടുത്തുനിന്നും ചെറിയൊരു തിളക്കം.

ശ്രദ്ധാപൂർവ്വം പൊടിപടലം മാറ്റിയതും യദുവിനെ അദ്ഭുതപ്പെ ടുത്തികൊണ്ട് ആ മുറി നിറയെ പ്രകാശം വ്യാപിച്ചു. പെട്ടെന്നുള്ള വിഭ്രാന്തിയിൽ കണ്ണു മഞ്ഞളിച്ചു... കുറച്ചു സമയത്തേക്ക് ഇതി കർത്തവ്യതാമൂഢനായി യദു നിന്നു. പതിയെ സമനില വീണ്ടെടുത്തു നോക്കുമ്പോൾ പ്രകാശം പരത്തി വിളങ്ങുന്ന മാണിക്യക്കല്ല് കണ്മുമ്പിൽ വിളങ്ങി നിൽക്കുന്നു.

തന്റെ കുടുംബത്തിന്റെ ഇന്നത്തെ ഐശ്വര്യത്തിനു കാരണമായ മാണിക്യത്തെ കൺ നിറയെ കണ്ടു ദേവിയെ വണങ്ങി യദു നിറഞ്ഞ മനസ്സോടെ തിരികെ മടങ്ങി. തന്റെ

പൂർവികരുടെ വാമൊഴിയിലൂടെ പകർന്നു കിട്ടിയ ആ അമൂല്യമായ അറിവ് യാഥാർഥ്യമാണ്. കണ്ട് വിശ്വസിച്ച സന്തോഷത്തോടെ നിറ മനസ്സുമായി യദു അവിടെ നിന്നിറങ്ങി!

കെട്ടുകഥകളിലെ സത്യം കണ്ടെത്തണമെങ്കിൽ അന്വേഷിച്ച് ചെല്ലണം! അത്തരം ഒരു പഠന വകുപ്പിൽ എത്തിപ്പെട്ടതും പൂർവ്വിക പുണ്യവും, നിയോഗവുമായി കരുതി... മണ്ണിനടിയിലെ ഹൃദയസ്പന്ദനങ്ങളെ പൊടി തട്ടി സത്യം കണ്ടെത്താനുള്ള ശ്രമങ്ങൾ ആരംഭിച്ചു!